Mo ri ina lati orun wa

Láti Jihad sí Jesu - Ìdúróṣinṣin Lábẹ́ Iná

Àwọn Ìwé Ìròyìn Alàáyè – Ẹka Ìfọkànsìn
Ọjọ́ 40 | Ìwé 3

Láti ọwọ́

Anabi Isa El- Buba ; Zakaria Godseagle ;
Amb . MO Ogbe ;
C. Ladi Ogbe ;

Table of Contents

Ẹtọ́ Àṣẹ-àdáàkọ © Ojú ìwé

Mo ri ina lati orun wa
Láti Jihad sí Jesu - Ìdúróṣinṣin Lábẹ́ Iná
Àwọn Ìwé Ìròyìn Alààyè – Ẹka Ìfọkànsìn Ọjọ́ 40 | Ìwé Kẹta

Àwọn Òǹkọ̀wé
Wòlíì Isa El- Buba
Zacharias Godseagle
Ambassador Monday O. Ogbe
Comfort Ladi Ogbe

Olùtẹ̀wé
Àwọn Iṣẹ́ Ìránṣẹ́
Sékáríà Godseagle àti Godseagle Tí a tẹ̀ jáde: **Sékáríà Godseagle**
Olubasọrọ - https://www.otakada.org
ambassador@otakada.org
Foonu/SMS +13024922440;
Whatsapp +2348032835348

ÌKÌLỌ

Ìwé yìí gbé ẹ̀rí tí a kọ sílẹ̀, ìrìn àjò iṣẹ́ ìránṣẹ́, àti àwọn ìrírí ẹ̀mí ti Wòlíì Isa El- Buba kalẹ̀ gẹ́gẹ́ bí a ṣe pín wọn ní gbangba nínú àwọn ìfọ̀rọ̀wánilẹ́nuwò, àwọn ìwàásù, àti àwọn àkọsílẹ̀ iṣẹ́ ìránṣẹ́. Bó tilẹ̀ jẹ́ pé ìgbésí ayé rẹ̀ ní àwọn ìrírí ìyanu, àwọn ìtàn inúnibíni, àti àwọn ẹ̀sùn àtọ̀runwá, iṣẹ́ yìí kò sọ ènìyàn di ẹni tí a gbàgbọ́ tàbí kí ó gbé ìwà ènìyàn ga gẹ́gẹ́ bí ìwọ̀n òtítọ́. Ìwé Mímọ́ nìkan ló ṣì jẹ́ àṣẹ ìkẹyìn fún ìgbàgbọ́ àti ìwà.
Ibikibi ti igbesi aye, iṣe iṣẹ-iranṣẹ, tabi ipinnu ara ẹni ba le kuna lati ba ibamu Bibeli mu, iru awọn iyapa bẹẹ ko ni atilẹyin tabi da ni iwe yii. Ero wa kii ṣe lati mu aṣiṣe pọ si, lati daabobo iwa eniyan, tabi lati gbe ijọsin akọni ga.
Iṣẹ́ yìí tọ́ka sí Kristi — kìí ṣe sí ènìyàn.
Àfiyèsí ìwé yìí ni ìyípadà nípasẹ̀ ìdúróṣinṣin sí Jésù Kristi, ìwà mímọ́ tí a bá ti kọ́, ìgbọ́ràn sí Ìwé Mímọ́, àti ìfaradà onígbàgbọ́. A gbé ìgbésí ayé ìránṣẹ́ Ọlọ́run èyíkéyìí kalẹ̀ kìkì níwọ̀n ìgbà tí ó fi hàn pé ó fara mọ́ ìfaradà, ìfaradà, ìrònúpìwàdà, ìbáwí nípa ẹ̀mí, àti ìdúróṣinṣin májẹ̀mú.
A gba awọn onkawe niyanju lati:
• Dán gbogbo nǹkan wò nípasẹ̀ Ìwé Mímọ́
• Di ohun rere mú ṣinṣin • Kọ̀ ohun tí ó tako Ọ̀rọ̀ Ọlọ́run • Tẹ̀lé Kristi ju gbogbo ìwà ènìyàn lọ
Ète *I Saw Fire from Heaven* kì í ṣe ìfẹ́, bí kò ṣe ìṣẹ̀dá.
Kìí ṣe ìtara, ṣùgbọ́n ìyàsímímọ́.
Kìí ṣe ìgbéga ìwà, bí kò ṣe ìyípadà tí ó dá lórí Kristi.
Ọrun ń yọ̀ lórí ẹni tí ó ronú pìwàdà tí ó sì ń rìn ní òtítọ́.
Kí ẹni náà jẹ́ ìwọ.

ÀKÍYÈSÍ ÌWÉ MÍMỌ

Àyàfi tí a bá fi hàn pé ó yàtọ̀, a mú àwọn ọ̀rọ̀ inú Ìwé Mímọ́ láti inú àwọn ìtumọ̀ èdè Gẹ̀ẹ́sì tí a sábà máa ń lò. A ti fi àwọn ọ̀rọ̀ náà kún un ní àwọn ibi tí ó ṣe kedere àti fún ìfọkànsìn.

ÌRÒYÌN TÍTẸ
Àtẹ̀jáde Àkọ́kọ́ ti Orílẹ̀-èdè Amẹ́ríkà

NÍPA ÌWÉ NÁÀ – Mo Rí Iná Láti Ọrun

Láti Jihad sí Jesu - Ìdúróṣinṣin Lábẹ́ Iná

Àwọn Ìwé Ìròyìn Alàáyè – Ẹka Ìfọkànsìn Ọjọ́ 40 | Ìwé Kẹta

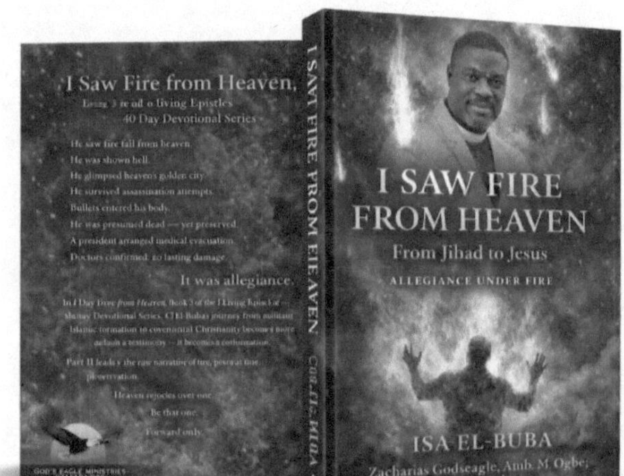

Kí ló máa ń ṣẹlẹ̀ nígbà tí iná bá jábọ́ láti ọ̀run — ọkàn kan ṣoṣo ló sì ronú pìwà dà?

Èyí ni Ìwé Kẹta nínú Àwọn *Ìwé Àlàyé Alàáyè – Ẹka Ìfọkànsìn Ọjọ́ 40* , àkójọpọ̀ ìyípadà tí a ṣe láti mú kí ìmọ̀lára gbilẹ̀, ṣùgbọ́n láti ṣẹ̀dá àwọn onígbàgbọ́ tí wọ́n ní ìbáwí, tí wọ́n sì jẹ́ ti májẹ̀mú.

A bi i sinu eto Islamu ti o muna, a si ti kọ ọ ni abẹ aṣẹ ẹsin ti a bọwọ fun. Ìbáwí, ìdánilójú, àti ìfọkànsìn tí a jogún ló darí ìgbésí ayé **Wòlíì Isa El- Buba . Olùkọ́ni rẹ̀ kọ́ ọ ní ẹ̀kọ́ jinlẹ̀ — títí kan àwọn ìṣe ẹ̀mí àti ìfọkànsìn gidigidi.**
Lẹ́yìn náà ni gbogbo nǹkan dáwọ́ dúró.
Ó rí iná tó kọ lu olùkọ́ni rẹ̀ láti ọrun.
Wọ́n fi ọrun àpáàdì hàn án. Ó rí ọrun — ìlú wúrà tó ní ìwọ̀n tó wà títí láé. Ó yege ìgbìyànjú ìpànìyàn. Àwọn ibọn wọ inú ara rẹ̀. Irin kan lu agbárí rẹ̀. Wọ́n rò pé ó ti kú — síbẹ̀ wọ́n pa á mọ́. Ààrẹ kan ṣètò ìsákúrò nílé ìwòsàn. Àwọn dókítà jẹ́rìí sí i pé: kò sí ìpalára tó pẹ́ títí.
Ṣùgbọ́n ogun tó tóbi jùlọ kì í ṣe ti ara.
Ìdúróṣinṣin ni.
Ìjákulẹ̀ pẹ̀lú àgàbàgebè fẹ́rẹ̀ fà á sẹ́yìn — títí ìgbà tí ìpàdé pàtàkì kan fi yí ohun gbogbo padà:
"A ti lọ jìnnà jù. Ó ti pẹ́ jù láti padà."

Èyí Kìí Ṣe Ẹ̀rí Lásán.
Ìrìn àjò ìṣẹ̀dá ni.
Ìwé yìí, tí a ṣe gẹ́gẹ́ bí ipa ọ̀nà ìbáwí ọgbọ̀n ọjọ́ 40, ń darí àwọn òǹkàwé láti inú:

- Ṣíṣe àtúnṣe ìfọkànsìn tí a yà sọ́tọ̀
- Ṣíṣe àtúnṣe ètò ẹ̀mí
- Kíkojú àgàbàgebè
- Lílo ara wọn fún inúnibíni
- Ṣíṣọ́ ìjẹ́mímọ́
- Gbígbé ní ìlànà ní àwọn àyíká tí ó pín sí méjì
- Májẹ̀mú ìdìmú
- Gbígbà iṣẹ́ àtọ̀runwá

Apá Kìíní fi ìtàn iná, inúnibíni, ìpamọ́ àti àṣẹ hàn.
Apá Kejì ń tọ́ ọ sọ́nà nípasẹ̀ ìlànà ìyípadà ọjọ́ ogójì kí o má baà kàn ka ìtàn náà nìkan — o ń gbé ìgbésí ayé ìyípadà náà.

Ìwé yìí kò fi ẹ̀sìn Islam ṣe ẹlẹ́yà.
Kò gbé ìwà ipá ga. Kò mú kí ìrírí dùn mọ́ni.
Ó pe àwọn onígbàgbọ́ sí ẹ̀sìn Kristẹni tó ṣe pàtàkì, tó sì wà ní ìṣètò.

Ọrun kò wọ́n ọ̀pọ̀lọpọ̀ ènìyàn.
Ọrun n yọ lori ọkan.
Jẹ́ ẹni náà.
Iwaju nikan.

Ta Ni Ìwé Yìí Fún?

A kọ ìwé yìí fún:

Àwọn onígbàgbọ́ Kristẹni tí wọ́n ń fẹ́ ìbáwí jíjinlẹ̀, ìgbàgbọ́ tòótọ́, àti ìgbésí ayé tí ó ń fi Ìwé Mímọ́ hàn ju iṣẹ́ lọ.
Àwọn òǹkàwé Mùsùlùmí tí wọ́n ń wá ìwádìí òtítọ́ nípa àwọn ìpàdé ẹ̀mí, ìdánilójú, àti ìdúróṣinṣin.
Àwọn olùgbọ́ tí wọ́n ní ìgbàgbọ́ nínú ẹ̀sìn kan náà nífẹ̀ẹ́ sí ìtàn òtítọ́ nípa ìdánilójú, ìyípadà, àti ìyípadà ẹ̀sìn.
Àwọn olùwá ìṣẹ̀dá ẹ̀mí tí wọ́n fẹ́ ìdàgbàsókè tí a ṣètò, ìbáwí ojoojúmọ́, àti ìgbọ́ràn tí ó gbéṣẹ́.
Àwọn tí wọ́n ń wá ìtumọ̀ — tí wọ́n nímọ̀lára ìwúwo ìgbàgbọ́ tí a jogún, ìforígbárí inú, tàbí àwọn ìbéèrè ẹ̀mí tí a kò dáhùn.

Tí o bá ti ní ìṣòro pẹ̀lú ìdúróṣinṣin, ìdánimọ̀, ìgbàgbọ́, tàbí ète rí, ìwé yìí ń bá ọ sọ̀rọ̀ ní tààràtà.
Èyí kìí ṣe ìtàn ìyípadà lásán.
Ìrìn àjò ìdúróṣinṣin ni.
Ó sì béèrè ìbéèrè kan:
Ta ni o jẹ́?

Àwọn Ìwé Ìhìn Rere – Ẹka Ìfọkànsìn Ọjọ́ 40

A kò kọ àwọn ìwé The *Living Epistles fún ìmísí nìkan.*
A kọ ọ́ fún ìṣẹ̀dá.
Nínú gbogbo ìran, àwọn onígbàgbọ́ wà tí wọ́n nífẹ̀ẹ́ Ọlọ́run tọkàntọkàn — ṣùgbọ́n tí wọn kò ní ètò. Ìfẹ́ tí kò ní ìbáwí máa ń pòórá. Ìrírí láìsí ìfaradà máa ń wó lulẹ̀. Ìdúróṣinṣin láìsí májẹ̀mú máa ń yípadà.
A ṣe àwọn àkójọ yìí láti kojú àìlera yẹn.

Ìwé kọ̀ọ̀kan nínú àkójọ àwọn ìwé Living Epistles tẹ̀lé ètò apá méjì:

Apá Kìíní – Ìtàn Tòótọ́ Nípa Ìdúróṣinṣin Tí A Dánwò
Ìtàn gidi kan níbi tí a ti ń pe ìgbàgbọ́ níjà, tí a dojúkọ, tí a sọ di mímọ́, tí a sì ti fi ẹ̀rí hàn lábẹ́ ìkìmọ́lẹ̀.

Apá Kejì – Ìrìn Àjò Ìṣẹ̀dá Ọjọ́ Ogójì
Ọnà ìtọ́sọ́nà ti ìfọkànsìn tí a ṣètò, ìrònúpìwàdà, àdúrà, ìbáwí, àti ìṣiṣẹ́ — tí a ṣe láti mú ìyípadà wá, kìí ṣe ìyìn.
Èyí kì í ṣe ẹ̀sìn Kristẹni lásán.
Èyí ni ìdúróṣinṣin tí a ṣètò.

Iwe kọọkan n sọrọ nipa apa ti o yatọ ti idagbasoke ẹmi:

- Idanimọ ti a ti pinnu
- Ìfaradà lábẹ́ iná
- Ìwà mímọ́ gẹ́gẹ́ bí ààbò
- Ipa ilana ogbon
- Ìdúróṣinṣin májẹ̀mú
- Ìgbìmọ̀ àti ogún

Ero naa rọrun:

Láti mú àwọn onígbàgbọ́ jáde tí kìí ṣe àwọn olùgbọ́ lásán — ṣùgbọ́n àwọn lẹ́tà alààyè.

Àlàáfíà!

Zakaria Godseagle ; Amb MO Ogbe ; C. Ladi Ogbe
Àwọn Iṣẹ́ Ìsìn Idì Ọlọ́run
https://www.otakada.org
ambassador@otakada.org

Àwọ̀lékè ìbòrí ẹ̀yìn ìwé

Ó rí iná láti ọ̀run bọ́ sílẹ̀…

Wòlíì Isa El- Buba sínú ẹ̀sìn Islam tó le koko, a sì kọ́ ọ ní abẹ́ àṣẹ ìsìn tó gbayì, ìgbésí ayé rẹ̀ ni a fi ìbáwí, ìgbàgbọ́, àti ìfọkànsìn tí a jogún ṣe. Olùkọ́ni rẹ̀ kọ́ ọ ní ẹ̀kọ́ tó jinlẹ̀ — títí kan àwọn ìṣe ẹ̀mí àti ìfọkànsìn tó lágbára.

Lẹ́yìn náà ni gbogbo nǹkan dáwọ́ dúró.

Ó rí iná tó ń kọlù olùkọ́ni rẹ̀ láti ọ̀run.

Wọ́n fi ọ̀run àpáàdì hàn án.

Ó rí ìlú wúrà ọ̀run. Ó yege ìgbìyànjú ìpànìyàn. Àwọn ọta ìbọn wọ inú òkú rẹ̀. Wọ́n rò pé ó ti kú — síbẹ̀ wọ́n pa á mọ́. Àárẹ kan ṣètò ìsákúrò nílé ìwòsàn. Àwọn dókítà jẹ́rìí sí i pé: kò sí ìpalára tó pẹ́ títí.

Ṣùgbọ́n ogun tó tóbi jùlọ kì í ṣe ti ara.

Ìdúróṣinṣin ni.

Nínú *ìwé I Wò Iná láti Ọrun* , Ìwé Kẹta ti Àwọn **Ìwé Àlàyé Alààyè – Ẹka Ìfọkànsìn Ọjọ́ 40** , ìrìn àjò Isa El- Buba láti ìṣẹ̀dá ẹ̀sìn Islam sí ẹ̀sìn Kristẹni tí ó wà ní májẹ̀mú di ohun tí ó ju ẹ̀rí lọ — ó di ìforígbárí.

Apá Kìíní gbé ìtàn àìṣeéṣe nípa iná, inúnibíni, àti ìpamọ́ kalẹ̀.

Apá Kejì yóò darí yín nípasẹ̀ ìrìn àjò ìṣètò ọjọ́ ogójì tí a ṣe láti mú ìgbàgbọ́ tí ó ní ìmọ̀ràn, mímọ́, àti tí ó dúró pẹ́ jáde.

Ọrun n yọ lori ọkan.

Jẹ́ ẹni náà.

Iwaju nikan.

ÌFÍSÍMỌ

Sí àwọn Kristẹni òǹkàwé
Sí àwọn òǹkàwé ẹ̀sìn Mùsùlùmí
Sí àwọn olùgbọ́ Interfaith
Sí àwọn òǹkàwé ìṣẹ̀dá ẹ̀mí
Sí àwọn tí wọ́n sọnù ní wíwá ìtumọ̀
Sí àwọn tí wọ́n yan ìdúróṣinṣin nígbà tí ó bá ná wọn.
Sí àwọn ìyá tí wọ́n ń gbàdúrà ní ìdákẹ́jẹ́ẹ́ lábẹ́ pákáǹleke.
Sí àwọn onígbàgbọ́ tí wọ́n faradà láìsí ìyìn.
Sí ẹni tí ó dúró nìkan nígbà tí ọ̀run bá ń yípo.
Jẹ́ kí májẹ̀mú rẹ wà láìsí ìbàjẹ́.

ÀWỌN ÌKÌLỌ

Iṣẹ́ yìí dá lórí ẹ̀rí tó wà láàyè, àwọn ìfọ̀rọ̀wánilẹ́nuwò tó wà nínú àkọsílẹ̀, àwọn ìwàásù gbogbogbòò, àti àgbéyẹ̀wò ẹ̀kọ́ ìsìn. Ó wá láti inú àwọn ìtàn tí Wòlíì Isa El- Buba sọ fúnra rẹ̀, pàápàá jùlọ ìfọ̀rọ̀wánilẹ́nuwò tó gba sílẹ̀ tí **PrayerStormTV** ṣe àti èyí tó gbé jáde , tó wà níbí:

https://youtu.be/2oo8tvizyZA

Ìjì Àdúrà jẹ́ ìṣípò ìjọsìn, àdúrà, àti ààwẹ̀ tí ó wà láti ru ìjíròrò ẹ̀mí sókè nípa gbígbé ẹgbẹ́ ọmọ ogun àwọn jagunjagun tí ń gbàdúrà dìde. Nípasẹ̀ àwọn ìpàdé tí ó dá lórí àwọn ìpàdé àtọ̀runwá, Ìjì Àdúrà ń fún àwọn onígbàgbọ́ ní agbára láti dàgbàsókè nínú ìtara, ìbáwí, àti ìbẹ̀bẹ̀ onímọ̀ọ̀ràn.

Oju opo wẹẹbu: http://www.prayerstorm.org
Twitter: @PrayerStormUKInstagram:
@PrayerStormFacebook:
http://www.facebook.com/prayerstorm

A dúpẹ́ lọ́wọ́ PrayerStormTV fún pípa àti gbígbé ẹ̀rí náà jáde ní ọ̀nà tí ó ti dé ẹgbẹẹgbẹ̀rún kárí ayé, àti fún pípèsè ojú ìwé ìtọ́kasí tí a ti kọ sílẹ̀ fún ọ̀pọ̀lọpọ̀ àwọn ohun ìtàn tí a rí nínú ìwé yìí.

A fi ọpẹ́ kún un sí àwọn orísun ìkànnì ayélujára àti iṣẹ́ ìránṣẹ́ mìíràn níbi tí a ti gba àwọn apá ẹ̀rí náà sílẹ̀, tí a tún ṣètò, tí a sì pín wọn ní gbangba fún ìdàgbàsókè.
A mọ̀ pé:

- Àwọn mẹ́ḿbà ìdílé tí ìgbésí ayé wọn ń ṣàfihàn wàhálà àti oore-ọ̀fẹ́ ní gbogbo ẹ̀ka ìsìn tí ó pínyà.
- Ìyá kan tí ìgbésí ayé àdúrà rẹ̀ yí padà kí ìjà tó bẹ̀rẹ̀.
- Arákùnrin àgbà kan tí ìpàdé rẹ̀ lábẹ́ ewu yí ìtọ́sọ́nà ẹ̀mí ìdílé kan padà.

• Bàbá kan tí ìjà inú rẹ̀ dúró fún ogun ìdákẹ́jẹ́ẹ́ ti ìgbàgbọ́ nínú àṣà. • Àwọn olórí àti àwọn alábààkẹ́gbẹ́ olóòótọ́ tí wọ́n dúró ṣinṣin nípasẹ̀ inúnibíni àti ìpamọ́. • Àwùjọ Evangelical Biblical Outreach Ministries International (EBOMI), tí ìpè láti gbé àwọn olùṣọ́ dìde ń tẹ̀síwájú láti nípa lórí àwọn ìlú àti orílẹ̀-èdè. – https://www.ebomi.org

Iṣẹ́ yìí kò wá láti gbé ènìyàn ga bí kò ṣe láti ṣàkọsílẹ̀ ìrìn àjò ìdúróṣinṣin. Gbogbo ẹ̀rí tí a fi kún un níbí ni a gbé kalẹ̀ láti tọ́ka àwọn òǹkàwé sí Kristi — kì í ṣe sí ènìyàn.

Níkẹyìn, a nawọ́ ọpẹ́ sí àwọn òǹkàwé tí wọ́n fẹ́ kọjá ìfẹ́ sí ìṣẹ̀dá; kọjá ìfẹ́ ọkàn sí ìyàsímímọ́; kọjá ìmísí sí ìgbọ́ràn tí a kọ́.
Ọrun a máa yọ̀ lórí ẹni tó bá dáhùn.
Kí ẹni náà jẹ́ ìwọ.

ÌKÌLỌ ÀWỌN ÒǸKỌWÉ

A tẹ̀ ìwé yìí jáde gẹ́gẹ́ bí apá kan nínú ìwé " **Living Epistles – 40 Day Devotional Series** ," ètò ẹ̀kọ́ ọmọ-ẹ̀yìn tí a yà sọ́tọ̀ fún dídá àwọn onígbàgbọ́ tí ìgbàgbọ́ wọn kìí ṣe pé a jẹ́wọ́ rẹ̀ nìkan, ṣùgbọ́n tí a fi hàn pé wọ́n ní ìgbàgbọ́.

Àwọn ìtàn náà bẹ̀rẹ̀ pẹ̀lú ***St. Augustine ti Hippo (354–430 AD): Láti Ọkàn Tí Kò Ní Ìtura sí Ìgbésí Ayé Tí A Kọ*** , èyí tí ó tọ́ka ìrìn àjò Augustine láti inú ìdààmú inú sí ìgbọràn tí ó fi ara rẹ̀ sílẹ̀. Ìwé àkọ́kọ́ yẹn fi ìdánilójú pàtàkì iṣẹ́ yìí múlẹ̀: pé Ọlọ́run ń tẹ̀síwájú láti kọ òtítọ́ Rẹ̀ nípasẹ̀ àwọn ìyè tí ó yọrí sí rere, àti pé ẹ̀rí àwọn ọkùnrin àti obìnrin olóòótọ́ ṣì wà láàyè fún Ìjọ lónìí.

Apá àkọ́kọ́ nínú ìtẹ̀jáde Living Epistles wà níbí:
https://www.amazon.com/ST-AUGUSTINE-HIPPO-354-430-Devotional-ebook/dp/B0GJN8N9XS

Ìsìn Kristẹni lásán, Fully Lived tẹ̀síwájú nínú ìran yìí nípa yíyíjú sí ìgbésí ayé àti ìrònú **CS Lewis** , ẹni tí ìyípadà aláìlọ́kàn àti ìgbàgbọ́ rẹ̀ tí ó ní ìbáwí ń sọ̀rọ̀ pẹ̀lú agbára sí ọkàn òde òní. Níbi tí Augustine ti fi ọkàn aláìlágbára hàn, Lewis dojúkọ ìfẹ́ aláìlágbára—pípè àwọn onígbàgbọ́ tí ó kọjá ìgbàgbọ́ sí ìgbọ́ràn ojoojúmọ́.
CS Lewis (1898-1963) - Ẹsìn Kristẹni lásán, Gbégbè ní Kíkún: Láti Ọkàn Tí Ó Ní Ìrẹ̀wẹ̀sì sí Ìgbésí Ayé Tí Ó Yípadà (Àwọn Ìwé Ìránṣẹ́ Ayé - Ẹka Ìfọkànsìn Ọjọ́ 40 | Ìwé 2)

Ìwé Ẹrọ-ìbánisọ̀rọ̀

https://www.amazon.com/Lewis-1898-1963-Mere-Christianity-Fully-ebook/dp/B0GKQ27F9N

Ìwé Páápù
https://www.amazon.com/Lewis-1898-1963-Mere-Christianity-Fully/dp/B0GM8YMXC3

Ideri lile

https://www.amazon.com/Lewis-1898-1963-Mere-Christianity-Fully/dp/B0GM8WHXJL

Àwọn Iṣẹ́-ìsìn Godseagle ń tẹ̀jáde àwọn ìwé Ìhìnrere Living Epistles pẹ̀lú àṣẹ tí ó ṣe kedere: láti ṣàkóso àwọn ohun èlò tí ó dá lórí Ìwé Mímọ́ tí yóò mú kí àwọn orílẹ̀-èdè kọ́ ẹ̀kọ́, láti fún Ìjọ lágbára, àti láti fún àwọn onígbàgbọ́ ní agbára láti gbé ìgbésí ayé tí ó hàn gbangba gẹ́gẹ́ bí aṣojú Kristi. A gbàgbọ́ pé ìgbàgbọ́ kì í ṣe nípasẹ̀ èrò nìkan ni a gbé ró, bí kò ṣe nípasẹ̀ ìgbésí ayé tí a ṣe nípasẹ̀ òtítọ́, tí a dán wò nípasẹ̀ ìgbọràn, tí a sì fún ní agbára nípasẹ̀ Ẹmí Ọlọ́run.

A fi àdúrà gbé gbogbo ìwé tó wà nínú ìwé yìí kalẹ̀, pẹ̀lú ìrètí pé àwọn òǹkàwé kìí ṣe pé wọ́n máa kọ́ ẹ̀kọ́ láti inú ohun tó ti kọjá nìkan, ṣùgbọ́n wọ́n á dáhùn ní àkókò yìí—láti jẹ́ kí Ọlọ́run máa tẹ̀síwájú láti kọ àwọn lẹ́tà Rẹ̀ tó wà láàyè nípasẹ̀ ìgbésí ayé lásán tí wọ́n fi ara wọn fún ète Rẹ̀.

A dúpẹ́ lọ́wọ́ gbogbo àwọn tó ń ka ìwé yìí, a sì gbẹ́kẹ̀lé pé Ọlọ́run kan náà tó yí Augustine àti Lewis padà ṣì ń ṣiṣẹ́ lónìí.

Àwọn Ìdáhùn Olùkàwé àti Olùwòran

"Èyí kìí ṣe ẹ̀rí lásán ni—ó jẹ́ ìpè ìjíròrò sí Ṣọ́ọ̀ṣì. Ó ń fi àìlera hàn láìsí ìkọlù sí àwọn ènìyàn."

"Mi ò tíì gbọ́ tí ẹni tó ti jẹ́ jihadist tẹ́lẹ̀ sọ̀rọ̀ pẹ̀lú òye àti ìbáwí tó ṣe kedere nípa ìwà mímọ́ àti ìṣètò. Èyí ko ẹ̀sìn Kristẹni mi níjà."

"Kì í ṣe gbogbo ohun tó wà lọ́kàn mi jù ni—òtítọ́ rẹ̀ nípa bí ó ṣe fẹ́rẹ̀ padà wá nítorí àgàbàgebè. Ìpele àìfọ̀rọ̀wérọ̀ yẹn ṣọ̀wọ́n."

"Ìtàn yìí mú kí n máa ṣe kàyéfì nípa ìpele ìdúróṣinṣin mi. A sọ pé a jẹ́ olóòótọ́, ṣùgbọ́n ṣé a ní ìbáwí?"

"Òtítọ́ náà pé ó ṣì ń ṣiṣẹ́ fún àwọn agbègbè tí ọ̀pọ̀ àwọn tí ó ń jàǹfààní rẹ̀ jẹ́ Mùsùlùmí fi ìdàgbàsókè hàn, kì í ṣe ìbínú. Èyí fi hàn gbangba."

"Nígbà tí ó ṣàlàyé bí wọ́n ṣe ń yinbọn pa á tí wọ́n sì ń dúró síbẹ̀, mo rí i pé ìpamọ́ náà ní ẹrù iṣẹ́. Ìwàláàyè kì í ṣe àwáwí fún ìtùnú."

"Apá tí a fi rí ọ̀run àti pé a kò fi ara wa sílẹ̀ lẹ́sẹ̀kẹsẹ̀ jẹ́ ohun tó múni ronú jinlẹ̀. Ìfihàn nìkan kò yí ọ padà."

"Ìṣètò ìdásílẹ̀ ọjọ́ ogójì mú kí èyí yàtọ̀. Kò fún ọ ní ìmísí — ó nílò ìdáhùn."

"Èyí jẹ́ ọ̀kan lára àwọn ìròyìn tó wà ní ìwọ̀ntúnwọ̀nsì jùlọ nípa ìyípadà kúrò nínú ẹ̀sìn Islam tí mo ti rí. Ó dúró ṣinṣin, ṣùgbọ́n kì í ṣe ohun ìkórìíra."

"Ọrun ń yọ̀ lórí ọ̀kan — ìlà yẹn nìkan ló yí bí mo ṣe ń wo àṣeyọrí iṣẹ́ ìránṣẹ́ padà."

"Ìwé yìí wúlò gan-an. Kò sọ ìwà ipá di ohun tó ń múni ronú jinlẹ̀ tàbí kí ó sọ ìrírí di ohun tó ń múni láyọ̀. Ó gba ìgbàgbọ́ tó dájú, tó sì ní ìbáwí."

"Mo retí ìtàn ìyípadà tó yanilẹ́nu. Ohun tí mo rí ni ìpè sí májẹ̀mú àti ìwà mímọ́."

"Ìtẹnumọ́ lórí ìbáwí ló ta mí lólobó ju iṣẹ́ ìyanu lọ. Ìṣètò ń gbé ìgbàgbọ́ ró."

"Ó dojúkọ àgàbàgebè láìsí ìgbèjà. Òtítọ́ yẹn ló mú kí ó ṣeé gbẹ́kẹ̀lé."

"Kìí ṣe láti ru àwọn ènìyàn sókè ni a kọ èyí. A kọ ọ́ láti kọ́ àwọn onígbàgbọ́."

ÌṢÀKỌSÍLẸ̀

A kò kọ ìwé yìí láti fi ṣe fíìmù rẹ.
A kọ ọ́ láti kojú rẹ.
Ìtàn tí o fẹ́ kà yìí ní iná, ẹ̀jẹ̀, inúnibíni, ìran, ìdásí orílẹ̀-èdè, àwọn ìpàdé ẹ̀mí, àti ìpamọ́ Ọlọ́run. Ó ní ìdàámú ìdílé tí ó pínyà, ìgboyà ìyá tí ń gbàdúrà, ìjà baba kan, ikú arákùnrin kan, àti ìyípadà ọkàn oníjàgídíjàgan nínú.
Ṣùgbọ́n èyí kì í ṣe àkọsílẹ̀ iṣẹ́ ìyanu tó gbayì.
Ìkẹ́kọ̀ọ́ nípa ìdúróṣinṣin ni.
Ọpọ̀ ènìyàn ló nífẹ̀ẹ́ sí ìtàn ìyípadà. Àwọn mìíràn ní ìrírí tó ju ti ẹdá lọ. Àwọn kan ní ìtàn inúnibíni. Ṣùgbọ́n ìfẹ́ kò dọ́gba pẹ̀lú ìyípadà. Ìmọ̀lára kò dọ́gba pẹ̀lú ìfaradà. Ìbáṣepọ̀ kò mú ìgbọràn wá láìfọwọ́sí.
A kọ iṣẹ́ yìí pẹ̀lú ìṣọ́ra àti pẹ̀lú ìfẹ́ ọkàn láti yẹra fún ìtara láìsí ìṣẹ̀dá.
Apá àkọ́kọ́ gbé ìtàn náà kalẹ̀ — láti inú àwọn ìfọ̀rọ̀wánilẹ́nuwò tí a kọ sílẹ̀, àwọn ìwàásù, àti àwọn ẹ̀rí tí gbogbo ènìyàn lè rí. A pa àwọn kúlẹ̀kúlẹ̀ náà mọ́ kì í ṣe láti gbé ọkùnrin ga ṣùgbọ́n láti fi ohun tí ó máa ń ṣẹlẹ̀ nígbà tí ìdánilójú bá pàdé ìfihàn hàn.
Apá kejì pèsè ohun tí ọ̀pọ̀lọpọ̀ ẹ̀rí kò ní: ìṣètò.
Ogójì ọjọ́ ìṣẹ̀dá ẹ̀mí tí a kọ́. Kìí ṣe ẹ̀kọ́. Kìí ṣe ìrònú tí kò ṣe kedere. Ìbáṣepọ̀ tí a ṣètò. Ìwé Mímọ́ láti inú Májẹ̀mú Láéláé àti Tuntun. Ẹkọ́. Ìbéèrè. Àdúrà. Ìkéde. Ìṣe.
Èyí jẹ́ àmọ̀ọ́mọ̀.
Nítorí pé ìtàn lè ru ọ́ sókè — ṣùgbọ́n ìṣètò ni ó ń gbé ọ ró.
Ìtàn iná tó ń jábọ́ láti ọrun, olùkọ́ni tó ń kọ́lù, ìbọn tó ń wọ inú ara láìsí ìpalára tó léwu, ìgbàlà ààrẹ, àti ìjẹ́rìí ìṣẹ́gùn láìsí ìpalára — wọn kò gbé àwọn wọ̀nyí kalẹ̀ láti fa àríyànjiyàn tàbí ìtara ọkàn. Wọ́n kọ wọ́n sílẹ̀ nítorí wọ́n jẹ́ ara ẹ̀rí tó wà nínú àkọsílẹ̀.
Síbẹ̀ ogun ààrín gbùngbùn kò jẹ́ nípa ìgbàlà rárá.
Ó jẹ́ nípa ìdúróṣinṣin.
Ìfọkànsìn sí ìgbàgbọ́ tí a jogún.
Ìfọkànsìn sí àṣà. Ìfọkànsìn sí ìgbàgbọ́. Ìfọkànsìn sí Kristi.

Kókó pàtàkì ìwé yìí ni ìbéèrè kan tí a kò lè yẹra fún:
Nígbà tí ìfihàn bá dojúkọ ogún — kí ni ìwọ yóò ṣe?
Iṣẹ́ yìí kò sọ pé ó pé pérépéré fún ẹ̀kọ́ rẹ̀. Kò sọ ìrírí di ohun tí a gbàgbọ́. Ìwé Mímọ́ ṣì jẹ́ àṣẹ ìkẹyìn. Níbi tí ìgbésí ayé ènìyàn bá kùnà láti bá Bíbélì mu, Ìwé Mímọ́ dúró ní ipò gíga jùlọ.
Ète ìwé yìí jẹ́ ọ̀kan ṣoṣo:
Láti tọ́ka àwọn òǹkàwé sí Kristi — àti láti pè wọ́n sí ìgbọ́ràn tí ó ní ìbáwí àti májẹ̀mú.
Ọrun ń yọ̀ lórí ẹni tí ó ronú pìwàdà.
Kì í ṣe lórí àwọn ènìyàn tí ìran bá wú lórí.
Tí o bá tilẹ̀ jẹ́ pé òǹkàwé kan farahàn láti inú àwọn ojú ìwé wọ̀nyí pẹ̀lú ìdánilójú tó lágbára, ìwà mímọ́ tó jinlẹ̀, ìbáwí tó pọ̀ sí i, àti ìdúróṣinṣin tí kò yẹ̀ sí Jésù Kristi — nígbà náà iṣẹ́ yìí ti mú iṣẹ́ rẹ̀ ṣẹ.
Ka dáadáa.
Fi òótọ́ inú ronú.
Dáhùn ní ìmọ̀ọ́mọ̀.
Iwaju nikan.

ÌṢÀKÓSÈ

Iná òru náà wó

Ilé náà kò dákẹ́.
Wọ́n pàṣẹ fún un.
Ẹsìn nínú ilé náà kì í ṣe ohun tí ó rọrùn.
Ó jẹ́ ìṣètò. Ó jẹ́ àṣẹ. Ó jẹ́ ogún tí baba fi sílẹ̀ fún ọmọ láìsí ìdúnàádúrà.
Bàbá náà kì í ṣe ẹni tó ní ìrẹ̀wẹ̀sì.
Ó ní ìbáwí.Olùfọkànsìn.Gẹ́gẹ́.Ọkùnrin tí ìgbàgbọ́ àti ìtara ológun mú dá.
Nínú ilé kan náà, nǹkan kan ti yí padà.
Ni idakẹjẹẹ.
Ìyá náà ti kọjá ìlà kan.
Kò sí ìkéde.
Kò sí ìṣọ̀tẹ̀. Kò sí ìjákulẹ̀ ní gbangba.
Ó sì ń se oúnjẹ síbẹ̀.
Ó ń gbé oúnjẹ síbẹ̀. Ó sì ń bu ọlá fún ọkọ rẹ̀. Ó sì ń gbé lábẹ́ òrùlé kan náà.
Ṣùgbọ́n ìdúróṣinṣin rẹ̀ ti yípadà.
Àti nígbà tí ìdúróṣinṣin bá yípadà, ojú ọjọ́ máa ń yípadà — kódà bí ẹnikẹ́ni kò bá tilẹ̀ sọ̀rọ̀.
Láìpẹ́, ọmọ àkọ́bí bẹ̀rẹ̀ sí í béèrè ìbéèrè.
Ìgbàgbọ́ kò sí ní ogún mọ́.
Wọ́n ṣe àyẹ̀wò rẹ̀.
Baba náà mọ̀ ọ́n kí wọ́n tó kéde rẹ̀.
Ìdánilójú máa ń dà bí ìdàlẹ̀bi nígbà tí a bá halẹ̀ mọ́ ìdánimọ̀.
Ati ni ọjọ kan, wahala dide si iwa-ipa.
Wọ́n gbé idà sókè.
Kì í ṣe àmì.
Irin.
Wọ́n gbé e kalẹ̀ láti lu ọmọ rẹ̀.
Ṣùgbọ́n kí abẹ́ náà tó sọ̀kalẹ̀, ọmọ náà kò sí níbi tí ó fẹ́ gbá a mọ́.

Ó máa ròyìn lẹ́yìn náà pé ara rẹ̀ ti yí òun padà — tí wọ́n gbé òun láti ipò yẹn sí ibòmíràn tó wà nítòsí.
Idà náà sọ̀kalẹ̀.
Ṣùgbọ́n kì í ṣe lórí rẹ̀.
A ti dá ogún dúró.
Síbẹ̀ ìbẹ̀rẹ̀ lásán ni èyí.
Olùdámọ̀ràn kan wà níbẹ̀.
Ímámù kan.
A bọ̀wọ̀ fún. A gbẹ́kẹ̀lé. A ṣe àgbékalẹ̀ rẹ̀.
Ọkùnrin tí ó ti ṣe àgbékalẹ̀ ìbáwí, tí ó kọ́ ìfọkànsìn, tí ó sì ti bẹ̀rẹ̀ sí í ṣe àwọn ìṣe ẹ̀mí jíjinlẹ̀ — títí kan ìmọ̀ nípa agbára ẹ̀mí àti àṣà ìkọ̀kọ̀.
Ìdúróṣinṣin sí olùkọ́ni yìí kì í ṣe ohun tó rọrùn rárá.
Ó ti wà ní ìgbà èwe.
Lẹ́yìn náà ni ìjà bẹ̀rẹ̀.
Ó máa ṣàlàyé rẹ̀ ní kedere lẹ́yìn náà:
"Mo rí iná láti ọ̀run."
Kì í ṣe àfiwé.
Iná.
Wọ́n gbá màmámù náà.
Àwọn tó yí i ká rí àwọn ọgbẹ́ tó wú.
Ó rí ìdádúró.
Àwọn kan rí ìpalára.
Ó rí ìfarahàn.
Ọrun kì í gbéra láti ṣe àfihàn.
Ó gbéra fún ìṣedéédé.
Iná yẹn kì í ṣe fún ọ̀pọ̀ èniyàn.
Ó jẹ́ fún ọ̀kan.
Lẹ́yìn náà, ní Maiduguri, ìpàdé mìíràn tún wáyé.
Wọ́n fi hàn án ní ọ̀run àpáàdì.
Ó mọ àwọn ojú — kìí ṣe àwọn àlejò.
Àwọn olùkọ́.
Lẹ́yìn náà ni wọ́n fi ọ̀run hàn án.
Ìlú tó wà ní ìṣètò.
Ẹwà.Ìmọ́lẹ̀.Wúrà.
Ó padà wá pẹ̀lú ìwárìrì.
Ṣùgbọ́n ìfihàn kò mú kí a juwọ́ sílẹ̀ lẹ́sẹ̀kẹsẹ̀.

Rírí kò dọ́gba pẹ̀lú ìfarahàn.
Ní ọ̀pọ̀ ọdún lẹ́yìn náà, ìbọn yóò wọ inú ara rẹ̀.
Irin yóò gbá agbárí rẹ̀.
Ẹjẹ̀ yóò máa ṣàn láti orí rẹ̀.
Wọ́n máa gbé e lọ sínú ọkọ̀ bí ẹni tí wọ́n rò pé ó ti kú.
Ṣùgbọ́n yóò tún jí dìde.
Àwọn ẹlẹ́sìn yóò yí i ká.
Ààrẹ kan yóò dá sí i.
Àwọn onímọ̀ nípa ìṣègùn ní orílẹ̀-èdè àjèjì yóò jẹ́rìí sí ohun tí ó lòdì sí ìlànà ìmòye:
Lááyè.
Kò sí ìbàjẹ́ nínú ìṣètò.
Síbẹ̀, kì í ṣe iná ni ewu tó tóbi jùlọ sí ìgbàgbọ́ rẹ̀.
Kì í ṣe ọ̀run àpáàdì. Kì í ṣe ọ̀run. Kì í ṣe ìbọn.
Àgàbàgebè ni yóò jẹ́.
Ati ariwo lati pada.
Títí di alẹ́ kan nínú yàrá hótẹ́ẹ̀lì kan, nígbà tí ó ṣí ilẹ̀kùn kan — tí ó sì rí Ẹni tí ó tẹ̀lé e.
Ohùn náà wí pé, "A ti lọ jìnnà jù.
Ó ti pẹ́ jù láti padà sílé."
Kì í ṣe ìtàn nípa ìran lásán ni èyí.
Ó jẹ́ nípa ìdúróṣinṣin.
Kí ìwé yìí tó parí, ìbéèrè kan náà ni ìwọ yóò dojúkọ:
Nígbà tí iná bá rọ̀ — kí ló kù?

ÌFÍHÀN

Kì í ṣe ìtàn nípa iná ni èyí

Ìwé yìí kì í ṣe nípa iná.

Kì í ṣe nípa ìbọn, ìran, ìdásí ìṣèlú, tàbí ìwàláàyè tó yanilẹ́nu.

Àwọn ìṣẹ̀lẹ̀ wọ̀nyẹn ṣẹlẹ̀.
Wọ́n wà ní àkọsílẹ̀. Wọ́n jẹ́rìí sí wọn.

Ṣùgbọ́n wọn kì í ṣe àárín gbùngbùn.

Ipò ìdúróṣinṣin ni àárín gbùngbùn náà.

Ọpọ̀lọpọ̀ ènìyàn ló máa ń wo ìwé yìí nítorí àwọn ìṣẹ̀lẹ̀ àrà ọ̀tọ̀ — iná ń jábọ́, ìpàdé pẹ̀lú ọrun àti ọrun àpáàdì, ìgbìyànjú ìpànìyàn, àti ìgbàlà ààrẹ. Àwọn kúlẹ̀kúlẹ̀ wọ̀nyẹn máa ń fa àfiyèsí. Wọ́n máa ń dá ìrònú ojoojúmọ́ dúró. Wọ́n máa ń dojú kọ àwọn èrò tí a gbà gbọ́.

Ṣùgbọ́n ìrísí kò ní mú ìyípadà dúró.

Ìfọkànsìn ló ń ṣe bẹ́ẹ̀.

Ìwé yìí dá lórí ohun tó máa ń ṣẹlẹ̀ nígbà tí òtítọ́ tó wà nínú ìtàn bá dojúkọ ìgbàgbọ́ àjogúnbá. Ó dá lórí ohun tó máa ń ṣẹlẹ̀ nígbà tí ìṣètò bá dojúkọ ìfarakanra. Ó dá lórí ohun tó máa ń ṣẹ́kù nígbà tí a bá mì àwọn ètò àti ìdánwò ìdánwò.

Ó jẹ́ nípa ìdúróṣinṣin lábẹ́ iná.

Ogún àti Ìdádúró

Àwọn ènìyàn kan jogún ìsìn bí àwọn ẹlòmíràn ṣe jogún ilẹ̀.

A máa ń fúnni nígbà tí a bá bí i.
Àyíká ló máa ń mú un lágbára. Àṣà ló sì máa ń mú un lágbára.

Nínú irú àyíká bẹ́ẹ̀, a kì í ṣe àyẹ̀wò ìgbàgbọ́ — a máa ń gbà á.

Ìbáwí di ìfọkànsìn.
Ìṣe déédé di òdodo. Ìṣètò di ìdámọ̀.

Tí ìyípadà bá sì ṣẹlẹ̀, kì í ṣe kékeré.

Ó jẹ́ ilẹ̀ ríri.

Ìwé yìí tọ́ka sí ìyípadà ilẹ̀ ríri yẹn.

Ìyá kan tí ìdúróṣinṣin rẹ̀ yípadà láìsí ìṣòro ṣùgbọ́n pẹ̀lú ìpinnu. Arákùnrin kan tí a dá ẹ̀mí rẹ̀ sí lábẹ́ idà. Bàbá kan tí ayé rẹ̀ bẹ̀rẹ̀ sí í fọ́. Olùkọ́ni kan tí ohun tí a kò lè ṣàlàyé kọlù.

Ṣùgbọ́n lẹ́ẹ̀kan sí i — a kò gbé àwọn wọ̀nyí kalẹ̀ láti fa ìyàlẹ́nu.

Wọ́n gbé wọn kalẹ̀ láti fi hàn pé òtítọ́ sábà máa ń da nǹkan rú kí ó tó di pé ó tún nǹkan ṣe.

Iná Kìí Ṣe Ẹrí

Nínú Ìwé Mímọ́, iná máa ń farahàn nígbà gbogbo.

Ó wó lulẹ̀ lórí pẹpẹ Elijah.
Ó jẹ Nadabu àti Abihu run. Ó sì tẹ̀lé Pentecost.

Ṣùgbọ́n iná kì í ṣe ìhìn náà rárá.

Ìdánilójú ni.

Nínú ìtàn yìí, iná dá ètò ìdánilójú kan dúró. Ó fi ìdúróṣinṣin hàn. Ó ṣe àmì ìyípadà kan. Ṣùgbọ́n kò parí ìrìn àjò náà.

Ìfihàn nìkan kò mú ìgbọràn wá.

Ó rí ọ̀run.

Ó rí ọ̀run àpáàdì.

Ó padà.

Ati pe ko si fi ara rẹ silẹ lẹsẹkẹsẹ.

Kí ló dé?

Nítorí pé kì í ṣe pé a máa fipá mú ìdúróṣinṣin láti pàdé. Ìpinnu ló ń darí rẹ̀.

Ogun Ńlá

Àwọn ibọn náà kò parí ìtàn náà.

Iná náà kò túmọ̀ rẹ̀.

Ìṣípò tí ààrẹ kó kúrò níbẹ̀ kò mú kí ó rí bẹ́ẹ̀.

Ewu nla julọ wa lẹhin naa — lati inu ile ijọsin.

Àgàbàgebè.

Ìfọkànsìn Lúkà.

Iṣẹ́ láìsí ìbáwí.

Ìdánwò láti padà sí ìsìn tí a ṣètò dípò kí ó fara da àwùjọ aláìpé.

Ibẹ̀ ni ìwé yìí ti yípadà láti ìtàn ìgbésí ayé sí àwòjìji.

Nítorí pé ọ̀pọ̀ ènìyàn kì í fi òtítọ́ sílẹ̀ nítorí àìsí ìṣípayá.

Wọ́n ń lọ nítorí ìjákulẹ̀.

Ìdí Tí Ìwé Yìí Fi Wà

Ìwé yìí wà fún ìṣẹ̀dá.

Kì í ṣe ìfẹ́ ọkàn.

Ó wà láti gbé òǹkàwé lọ sí àyẹ̀wò ju ìfẹ́ lọ.

Apá Kìíní gbé ìtàn náà kalẹ̀ — ní kedere, tààrà, láìsí ohun ọ̀ṣọ́. Ó tọ́ka sí ogún, ìforígbárí, ìfarapa, inúnibíni, ìpamọ́, àti iṣẹ́.

Apá Kejì pèsè ìrìn àjò ọjọ́ ogójì tí a ṣètò — kìí ṣe láti fara wé ìwà kan, ṣùgbọ́n láti mú ìdúróṣinṣin sí Kristi dàgbà.

Èyí ṣe pàtàkì:

A kò tọ́ka sí ọkùnrin kan.

A n tọ́ka àwọn òǹkàwé sí Kristi.

Ìgbésí ayé tí a kọ sílẹ̀ níbí yìí jẹ́ àyẹ̀wò àpẹẹrẹ, kì í ṣe àpẹẹrẹ. Àpèjúwe, kì í ṣe òrìṣà. Ẹrí, kì í ṣe ẹ̀kọ́ ìsìn.

Níbi tí ìgbésí ayé yìí bá Ìwé Mímọ́ mu, a gbọ́dọ̀ kọ́ ọ láti inú rẹ̀.

Ibi tí ìgbésí ayé kan bá kùnà, Ìwé Mímọ́ ni àṣẹ ìkẹyìn.

Ète kì í ṣe ìfọkànsìn ẹni.

sí májẹ̀mú ni .

Àwọn Ọmọ-ẹ̀yìn Tí Ó Farasin

Jálẹ̀ gbogbo Ìwé Mímọ́, ìdúróṣinṣin kò farahàn ní gbangba nígbà gbogbo.

Nikodemu dé ní òru.
Josẹfu ará Arimathea ṣe iṣẹ́ ìsìnkú náà. Naamani kúnlẹ̀ ní tẹ́ḿpìlì àjèjì kan nígbà tí ó jẹ́ olóòótọ́ sí Olúwa ní inú. Dafidi gbé láàrín àwọn ará Filistia nígbà tí ó ń pa májẹ̀mú mọ́. Esteri fi ogún pamọ́ títí di ìgbà tí àkókò fi nílò ìfihàn.

Ìdúróṣinṣin máa ń pọ̀ nígbà míì.

Nígbà mîìrán, ó jẹ́ ètò ìṣètò.

Ṣùgbọ́n ó gbọ́dọ̀ jẹ́ òótọ́.

Ìtàn yìí mú kí ìbéèrè pàtàkì kan wà:

Kí ni ìfọkànsìn rẹ dúró lé lórí — ogún, ìpàdé, àṣà, tàbí ìgbàgbọ́?

Fún Olùkàwé

Ìwé yìí wà fún:

Àwọn tí wọ́n jogún ìgbàgbọ́ tí wọn kò sì ṣe àyẹ̀wò rẹ̀ rí. Àwọn tí wọ́n rí òtítọ́ tí wọ́n sì falẹ̀ láti juwọ́ sílẹ̀. Àwọn tí wọ́n yege ìkọlù ṣùgbọ́n tí wọ́n ń bá ìjákulẹ̀ jà. Àwọn tí ń rìn kiri nínú ìdílé tí ó pínyà. Àwọn tí wọ́n dojúkọ àgàbàgebè nínú ètò ìsìn. Àwọn tí wọ́n gbàgbọ́ pé Ọlọ́run kàn ń rìn kiri nínú ọ̀pọ̀ ènìyàn.

Ọrun n yọ lori ọkan.

Didara ṣaaju opoiye.

Tí iná bá rọ̀ sílẹ̀ tí ọ̀kan ṣoṣo sì dáhùn — ọ̀run yóò máa yí padà.

Ìṣètò Ìrìn Àjò náà

Apá Kìíní – Ìtàn Ìdúróṣinṣin Lábẹ́ Iná
Ìtọ́pasẹ̀ ìgbà àti ti ẹ̀kọ́ nípa ìṣẹ̀dá, ìforígbárí, inúnibíni, ìpamọ́, àti àṣẹ.

Apá Kejì – Ìrìn Àjò Ọjọ́ Ogójì
Àwọn olùdásílẹ̀ ìtàn ojoojúmọ́, Ìwé Mímọ́ (Májẹ̀mú Láéláé àti Tuntun), ìrònújinlẹ̀, ìkéde, àdúrà, àti ìgbésẹ̀. Ìṣípòpọ̀ àmọ̀ọ́mọ̀ láti inú ìdánilójú ìkọ̀kọ̀ sí ìfaradà onímọ̀ràn.

Èyí kì í ṣe kíkà lásán.

Ó jẹ́ ìṣẹ̀dá àmọ̀ọ́mọ̀.

Ìtọ́sọ́nà Ìkẹyìn

Ṣaaju ki o to tẹsiwaju, loye eyi:

Ìwé yìí kò ní jẹ́ kí o gbádùn ara rẹ.

Kì yóò mú kí àwọn àbá rẹ dùn mọ́ni.

Kò ní jẹ́ kí ìjìyà dùn mọ́ni.

Yóò dojúkọ ìdúróṣinṣin.

Nítorí pé ní òpin iná, ọ̀run àpáàdì, ọ̀run, àwọn ìbọn, àgàbàgebè, àti ìwàláàyè — ìbéèrè kan ṣì wà:

Ta ni o jẹ́?

Kí ló sì máa ń ṣẹ̀kù nígbà tí iná bá rọ̀?

ORÍ KÍNÍ

Baba Tó Kọ́ Ilé náà

Kí ìjà tó bẹ̀rẹ̀ nílé, ìṣètò wà níbẹ̀.
Kí ìyípadà tó dé, ìbáwí wà.
Kí iná tó jáde láti ọrun, ìṣẹ̀dá wà lábẹ́ baba kan tí ó gbàgbọ́ pé ìsìn kì í ṣe ohun tí a fẹ́ — àṣẹ ni.
Bàbá Isa jẹ́ ọmọ ogun tó ti wà ní Ogun Àgbáyé Kejì. Ìlànà ológun ló ṣe é kí ó tó di pé bàbá ni. Ìlànà yẹn wọ inú ilé. Ẹsìn kò ya ara rẹ̀ sọ́tọ̀ kúrò nínú ìgbésí ayé ojoojúmọ́; ó ń ṣàkóso rẹ̀.
Àwòrán náà báramu:
Ọ́fíìsì sí mọ́sálásí.
Mọ́sálásí sí ilé. Ilé sí mọ́sálásí.
Kò sí ìyàtọ̀. Kò sí ìṣọ̀kan. Kò sí ìfọkànsìn tí ó pínyà. Kò sí ìfarabalẹ̀.
Ìsìláàmù nínú ilé náà kì í ṣe ohun ọ̀ṣọ́ àṣà. Ó jẹ́ ìṣètò.
Wọ́n tọ́ àwọn ọmọ náà dàgbà nínú ètò kan tí wọ́n ti ń retí ìgbọràn àti àbójútó. Ààwẹ̀ ní Ramadan kò bẹ̀rẹ̀ nígbà ọ̀dọ́langba. Isa bẹ̀rẹ̀ ààwẹ̀ ní ọmọ ọdún márùn-ún. Ààwẹ̀ gbogbo ọjọ́. Kò sí ìyọ̀nda nítorí ọjọ́ orí.
Àdúrà kò mọ sí ojúṣe nìkan.
Ó ti jẹ́rìí pé ó máa ń ṣe àwo àdúrà tó tó 172 lójoojúmọ́. Àwọn wọ̀nyí ní àwọn àdúrà tí a nílò àti àwọn àwo àfikún àfikún. A tún àwọn ẹsẹ Al-Quran sọ ní ẹgbẹẹgbẹ̀rún ìgbà. Ṣíṣàṣàrò lórí ìwé mímọ́ jẹ́ ohun gidi, àtúnsọ, àti líle.
Kò sí ìtumọ̀ àtúnsọ ọ̀rọ̀ náà.
Tí Al-Quran bá sọ pé, “Ẹ pa wọ́n níbikíbi tí ẹ bá rí wọn,” a gbà á ní ojúkojú.
Kò sí àtúnṣe sí àyíká ọ̀rọ̀. Kò sí ìrọ̀rùn ẹ̀kọ́ ìsìn.
Èyí ni a fi ìgbàgbọ́ ṣe.
Nígbà tí Isa pé ọmọ ọdún méje tàbí méjọ, ó ròyìn pé ó bẹ̀rẹ̀ sí ní ìrírí àwọn ìfarahàn ẹ̀mí tí ó lóye gẹ́gẹ́ bí ìfarahàn pẹ̀lú “al-

jinn." Ó ṣàpèjúwe rírí àwọn ẹ̀dá tí ó farahàn ní ìrísí àdàpọ̀, nígbà mìíràn bí ẹranko, nígbà mìíràn tí ó mọ́lẹ̀. Àwọn ìfarahàn wọ̀nyí kò dẹ́rù bà á. Wọ́n mú kí èrò tí wọ́n ń kọ́ ọ lágbára sí i.
Ó gbàgbọ́ pé àwọn ìrírí wọ̀nyí jẹ́rìí sí òtítọ́ ẹ̀sìn Islam.
Ní ọdún méjìlá, ìṣẹ̀dá náà pọ̀ sí i.
Ó wọ ìdánilẹ́kọ̀ọ́ àwọn ọmọ ogun Islam tí a ṣètò níta ìlú náà. Èyí ní nínú ìdánilẹ́kọ̀ọ́ ara, ìjàkadì, karate, ìfarahàn ohun ìjà, àwọn ìdánilẹ́kọ̀ọ́ ìgbàlà, àti ẹ̀kọ́ àṣà àwọn ọmọ ogun. Àwọn òbí ṣètìlẹ́yìn fún ìdánilẹ́kọ̀ọ́ yìí, wọ́n sì fún un ní owó. Wọ́n kà á sí ohun ọlá.
Lẹ́yìn náà, ó ṣàlàyé bí wọ́n ṣe ń kópa nínú àwọn ìgbòkègbodò ẹ̀sìn Islam tí a ṣètò, títí kan ètò ìlànà fún ìdàgbàsókè ẹ̀sìn Islam. Ó ti jẹ́wọ́ pé òun ń kópa nínú ìkọlù tààrà sí àwọn Kristẹni — nílù àwọn Kristẹni, jíjó àwọn ìjọ, pípa Bíbélì run ní gbangba, àti níní ìhalẹ̀mọ́ni nípa ọpọlọ.
Èyí kì í ṣe ìkórìíra lásán.
Iṣẹ́ àkànṣe ni.
Ìbáwí túmọ̀ sí ètò náà.
Ìdúróṣinṣin tí a ti fún ní ìtẹ̀síwájú nínú àṣà.
Ìdánilójú tí a gbé kalẹ̀ nígbà àtúnsọ.
Kì í ṣe pé ìkórìíra jẹ́ ohun àìròtẹ́lẹ̀; wọ́n kọ́ ọ.
Wọ́n fi ẹ̀sìn Kristẹni ṣe ẹlẹ́yà gẹ́gẹ́ bí ọ̀tá.
Wọ́n fi Dominion ṣe àyànmọ́.
Isa sì gbà á.
Ó fẹ́ láti mú inú baba rẹ̀ dùn.
Ó fẹ́ gbèjà ìgbàgbọ́ rẹ̀.
Ó fẹ́ gbé iṣẹ́ tí ó gbàgbọ́ pé ó jẹ́ àṣẹ Ọlọ́run ga.
Nígbà tí ìgbà ọ̀dọ́langba bá dàgbà di ọ̀dọ́langba, kò ṣe àwárí ìgbàgbọ́.
Ó ń fipá mú un.
Ilé náà parí pátápátá.
Ìdúróṣinṣin náà ṣe kedere.
Eto naa n ṣiṣẹ gẹgẹ bi a ti ṣe apẹrẹ rẹ.
Lẹ́yìn náà ni ìfọ́ náà bẹ̀rẹ̀.
Kì í ṣe láti òde.
Láti inú.
Ìyá rẹ̀ yípadà.

ORÍ KEJÌ

Ìyá Tí Ó Yípadà Tí Ó sì Dúró

Ìyípadà àkọ́kọ́ nínú ìdílé kò ṣẹlẹ̀ ní ojú ogun.
Ó ṣẹlẹ̀ láìsí ariwo.
Ìyá Isa fi ẹ̀mí rẹ̀ fún Kristi nígbà tí ó ṣì ń gbé inú ilé ìsìn Mùsùlùmí tí ó ní ìṣàkóso gidigidi.
Èyí kì í ṣe àyíká tí ẹ̀sìn ti ń ṣiṣẹ́ gẹ́gẹ́ bí àṣà. Ìdámọ̀ ni. Àṣẹ ni. Ìlànà ni. Àṣẹ baba àti ìfọkànsìn ẹ̀sìn Islam ti ìdílé náà wà ní ìṣọ̀kan. Mọ́sálásí ni ó ṣètò ọjọ́ náà. Ìrònú Al-Quran. Ìgbọràn ni ó ṣètò ìwà.
Àti nínú ètò yẹn, ìyá náà yí ìdúróṣinṣin padà.
A kò kéde ìyípadà rẹ̀ ní gbangba ní àkọ́kọ́. Ó bẹ̀rẹ̀ ní inú ilé. Ṣùgbọ́n ní àwọn ilé ìsìn tí wọ́n ti kọ́ ẹ̀kọ́, àwọn ìyípadà inú ara máa ń fara hàn ní ìwà wọn.
Àṣà àdúrà rẹ̀ yípadà.
Ohùn rẹ̀ yípadà.
Iduro rẹ̀ nígbà tí ó ń ṣe ìfọkànsìn yípadà.
Ó ṣì ń ṣe àwọn iṣẹ́ rẹ̀ gẹ́gẹ́ bí ìyàwó àti ìyá. Ó ń bá a lọ láti máa pèsè oúnjẹ. Ó ń bá a lọ láti máa tọ́jú ilé. Kò fi ara rẹ̀ sílẹ̀ kúrò nínú ìdílé. Ṣùgbọ́n ìbáṣepọ̀ rẹ̀ nípa tẹ̀mí kò rí bẹ́ẹ̀ mọ́.
Iyatọ yẹn dá wahala silẹ.
Nínú àwọn ilé tí ó wà ní ìtòlẹ́ṣẹẹṣẹ, ìṣọ̀kan máa ń mú kí ìdúróṣinṣin wà. Tí ọkan lára àwọn ọmọ ẹgbẹ́ bá yapa, gbogbo ètò náà máa ń nímọ̀lára ìṣòro.
Kò jiyàn nípa ẹ̀kọ́ ìsìn níbi tábìlì oúnjẹ. Kò fi ètò tí ó ti gbé ṣe yẹ̀yẹ́. Kò tako àṣẹ ọkọ rẹ̀ ní gbangba. Dípò bẹ́ẹ̀, ó dúró níbẹ̀. Àìlera kọ́ ni ìṣẹ́kù.
Dídúró tí ó bá kù túmọ̀ sí pé yóò dojúkọ àwọn àbájáde inú ètò náà dípò kí ó dojúkọ láti ọ̀nà jíjìn.
Ìdúróṣinṣin tuntun rẹ̀ kò fara pamọ́ títí láé.
Àwọn ọmọkùnrin náà kíyèsí i dáadáa.

Wọ́n ti kọ́ wọn láti kíyèsí ìbáwí. Wọ́n ti kọ́ wọn láti mọ ìwà tó yẹ. Wọ́n mọ bí ìfọkànsìn ẹ̀sìn Islam ṣe rí. Wọ́n mọ bí ìkópa kíkún ṣe nílò.
Nǹkan kan yàtọ̀.
Àlàáfíà rẹ̀ kò dúró lórí àsọyé kan náà.
Ìfọkànsìn rẹ̀ kò tẹ̀lé ọ̀nà kan náà mọ́. Ààrín inú rẹ̀ ti yípadà.
Bàbá náà ń ṣe ìtọ́jú. Ìṣètò náà kò sínmi. Ìfojúsùn pé kí wọ́n tẹ̀lé ìlànà kò yọ́.
Ṣùgbọ́n ní báyìí, ilé náà ní ìdúróṣinṣin méjì.
Afẹ́fẹ́ náà pọ̀ sí i.
Kò tíì jẹ́ ohun ìbúgbàù.
Ṣùgbọ́n ó pín sí méjì.
Fún Isa, tí ó ṣì ní ìgbàgbọ́ ẹ̀sìn Islam, èyí dàrú. Ètò tí ó gbàgbọ́ pé ó jẹ́ pípé ti dojúkọ ìtakora nínú ilé rẹ̀ báyìí. Ẹni tí ó tọ́ ọ dàgbà ti fi ìdúróṣinṣin tí ó yàtọ̀ hàn báyìí.
Ìyípadà nínú irú ipò bẹ́ẹ̀ kì í ṣe ìyípadà ìsìn lásán.
Wọ́n túmọ̀ rẹ̀ sí ìfọ́mọ́lẹ̀ ìran, ìdúróṣinṣin, àti àyànmọ́.
Síbẹ̀ ó dúró síbẹ̀.
Kò fi ìgbéyàwó náà sílẹ̀.
Kò fi ìdílé sílẹ̀. Kò wá ààbò níbòmíràn.
Ó dúró sí inú pákáǹleke náà.
Ìgbàgbọ́ rẹ̀ kò hàn gbangba nígbà tí wọ́n bá dojú ìjà kọ ọ́. Ó hàn gbangba nínú ìfaradà.
A óò dán ìfaradà yẹn wò láìpẹ́ láìpẹ́ ju àìfohùnṣọ̀kan lọ.
Ìyípadà tó tẹ̀lé e kò ní wà níbẹ̀ mọ́.
Ọmọ akọbi pade Kristi.
Nígbà tí ó sì ṣe bẹ́ẹ̀, ìfọ́mọ́ra ilé di ìjà gbangba.

ORÍ 3

Amadu Almadu Buba àti Idà náà

Ìyípadà kejì nínú ìdílé kò jẹ́ díẹ̀díẹ̀.
Ó ṣe pàtàkì.

Egbon Isa, **Amadu Almadu Buba** , fi ẹ̀mí rẹ̀ fún Kristi. Èyí kì í ṣe ìfẹ́ ọkàn àdáni. Ó jẹ́ ìyípadà ìdúróṣinṣin tí a polongo. Nínú ilé tí a gbé karí ìgbàgbọ́ àwọn oníjàgídíjàgan ti ẹ̀sìn Islam, a kò ka irú ìpinnu bẹ́ẹ̀ sí àìfohùnṣọ̀kan, bí kò ṣe gẹ́gẹ́ bí ìṣọ̀tẹ̀.

Amadu kò jáde kúrò nílé lẹ́sẹ̀kẹsẹ̀ lẹ́yìn tí ó ti yí ẹ̀sìn rẹ̀ padà. Ó dúró sí inú àyíká kan náà tí ìyá rẹ̀ ti wà.

Ṣùgbọ́n ìṣesí rẹ̀ sí ìyípadà rẹ̀ yàtọ̀ síra.

Níbi tí ìyípadà ìyá rẹ̀ ti dá wàhálà sílẹ̀, ìyípadà rẹ̀ dá ìjà sílẹ̀.

Gẹ́gẹ́ bí ẹ̀rí Pastor Isa, ọ̀ràn náà pọ̀ sí i kíákíá. Bàbá náà, ẹni tí ó ti ṣe àkóso ilé pẹ̀lú ìbáwí ológun àti ìtara ìsìn pátápátá, dáhùn pẹ̀lú agbára.

Ìjà náà kọjá ọ̀rọ̀ ẹnu.

Isa ròyìn pé baba rẹ̀ wá láti ẹ̀yìn Amadu pẹ̀lú idà kan.

Kì í ṣe àmì ìṣàpẹẹrẹ.

Ohun ìjà gidi kan.

Ó ti ṣàpèjúwe abẹ́ náà gẹ́gẹ́ bí èyí tó mú gan-an — tó lè gé awọ ara nígbà tí ó bá kan ara rẹ̀ díẹ̀. Ète rẹ̀ kì í ṣe ìbẹ̀rù. Ó jẹ́ ìṣekúṣe.

Bàbá náà gbé idà sókè láti fi lu ọmọ rẹ̀ fún lílọ sí ẹ̀sìn Kristẹni.

Kò sí ìdúnàádúrà kankan ní àkókò yẹn.

A gbé abẹ náà sókè.

Ìdádúró náà ń bọ̀.

Lẹ́yìn náà, gẹ́gẹ́ bí ìtàn Isa, ohun kan ṣẹlẹ̀ tí ó yí ipa ọ̀nà ìdílé náà padà.

Ó ti sọ pé Ẹmí Mímọ́ dá sí i.

Ó ṣàlàyé pé Amadu ti gbé ara rẹ̀ kúrò ní ipò tí ó dúró sí.

Kì í ṣe nípasẹ̀ ìjàkadì.

Kì í ṣe nípasẹ̀ ìdènà ènìyàn. Kì í ṣe nípa sísáré.

Ó sọ pé Ẹmí “mú” arákùnrin rẹ̀, ó sì gbé e kúrò ní ojú ọ̀nà abẹ́ náà.

Idà náà sọ̀kalẹ̀.

Ṣùgbọ́n kò dé orí ẹran ara.

Dípò bẹ́ẹ̀, ó bẹ́ gba inú ọkọ̀ ojú irin tí ó wà lẹ́yìn ibi tí Amadu dúró sí, ó sì wọ́ lọ sí ilẹ̀.

Ibi tí abẹ́ náà ti lu ni ibi tí òkú rẹ̀ ti wà ní ìṣẹ́jú díẹ̀ sẹ́yìn.

Amadu kò sí níbẹ̀ mọ́.

Wọ́n ti gbé e lọ sí ibì kan tó wà nítòsí.
Ìdálẹ́bi náà pàdánù.
Ìgbìyànjú láti pa èniyàn kò yọrí sí rere.
Àkókò yẹn sàmì sí àkókò ìyípadà ńlá kan nínú ìdílé náà.
Èyí kò tún jẹ́ àríyànjiyàn nípa ẹ̀kọ́ mọ́.
Ìgbìyànjú láti pa èniyàn ni èyí.
Bàbá náà ti ṣe ìṣe.
Idà náà ti gbé sókè.
Abẹ́ náà ti jábọ́.
Síbẹ̀ ọmọ náà wà láàyè.
Amadu kò yí ìpinnu rẹ̀ padà lẹ́yìn ìṣẹ̀lẹ̀ náà.
Kò kọ ìyípadà rẹ̀ sílẹ̀.
Ó dúró ní ìdúróṣinṣin.
Gẹ́gẹ́ bí ẹ̀rí Isa, arákùnrin yẹn kan náà di pásítọ̀ àgbà ní ìjọ Deeper Life, ó sì ń ṣiṣẹ́ ní ìpele olùdarí orílẹ̀-èdè.
Idà náà kò tíì parí ìgbésí ayé rẹ̀.
Ó ti ṣáájú ìpè rẹ̀.
Nínú ilé, ojú ọjọ́ náà yí padà títí láé.
Ìyípadà ìdákẹ́jẹ́ẹ́ ìyá náà ti dá ìpínyà ọkàn sílẹ̀.
Ìyípadà Amadu àti ìṣẹ̀lẹ̀ idà náà fa ìfọ́ tí ó hàn gbangba.
Wọ́n ti pe ètò náà níjà láti inú.
Ohun tí ó ti jẹ́ ìdúróṣinṣin kan náà tẹ́lẹ̀ ti bàjẹ́ báyìí nítorí ìdúróṣinṣin tí ó ń bá ara wọn díje.
Fún Isa, ẹni tí ó ṣì ní ìtara nínú ìṣètò ẹ̀sìn Islam nígbà náà, a kò lè fi ọ̀rọ̀ náà sílẹ̀ ní pẹ̀lẹ́pẹ̀lẹ́.
Ó ti rí èrò baba rẹ̀.
Ó ti rí i tí abẹ́ náà já bọ́.
Ó ti rí arákùnrin rẹ̀ tó dúró níbòmíràn.
Iṣẹlẹ naa ko yi i pada lẹsẹkẹsẹ.
Ṣùgbọ́n ó fa ìdàrúdàpọ̀ sí ìdánilójú rẹ̀.
Ìṣètò ètò ìgbàgbọ́ rẹ̀ wà ní ipò pípé.
Ṣùgbọ́n ìfọ́ ti bẹ̀rẹ̀ sí í ṣẹ̀dá.
Ìjà tó tẹ̀lé e kò ní jẹ́ idà.
Ó ní iná nínú.

ORÍ 4

Ìṣẹ̀dá tí a mú lágbára sí i

Bó tilẹ̀ jẹ́ pé ìyá àti àbúrò rẹ̀ ti yí ìdúróṣinṣin padà, Isa kò ṣe bẹ́ẹ̀.
Bó tilẹ̀ jẹ́ pé ohunkóhun wà, wàhálà tó wà nínú ilé náà mú kí ìpinnu rẹ̀ le sí i.
Wọ́n ti tọ́ ọ dàgbà láti gbàgbọ́ pé ẹ̀sìn Islam kìí ṣe ẹ̀sìn lásán bí kò ṣe àṣẹ láti jọba. Láti ìgbà èwe rẹ̀ ni ìbáwí ti ṣètò ìdámọ̀ rẹ̀.
Ìṣẹ̀lẹ̀ idà tí ó kan arákùnrin rẹ̀ kò tú ìṣẹ̀dá náà ká. Ó mú kí ó túbọ̀ ní ìgbàgbọ́ pé a gbọ́dọ̀ kọ̀ láti yà kúrò.
Ipò ọmọ ogun baba rẹ̀ ti yàtọ̀ sí ti ojoojúmọ́. Ó ń darí ìfojúsùn ìdúróṣinṣin àti agbára. Wọn kò fún ní ìrọ̀rùn ní ìmọ̀lára. Wọ́n ń gbọ́ràn sí i.
Ìdàgbàsókè Isa tẹ̀síwájú ní ọ̀nà àwọn ọmọ ogun.
Nígbà tí ó wà ní ọ̀dọ́langba, ó ti fi gbogbo ara rẹ̀ sí ẹ̀kọ́ ẹ̀sìn Islam. Níta ìlú, ní àwọn agbègbè jíjìnnà, òun àti àwọn ọ̀dọ́ mìíràn tí wọ́n ń ṣiṣẹ́ fún ìtọ́jú ara àti ìdàgbàsókè èrò.
Ìdánilẹ́kọ̀ọ́ náà ní:

- Ija ọwọ-si-ọwọ.
- Àwọn ìdánrawò karate àti ti boxing.
- Ìfaradà ara.
- Ikẹkọ iwalaaye ni awọn ipo lile.
- Ifihan si mimu ohun ija.
- Ìmọ̀ràn ọgbọ́n nínú ogun àwọn ajìjàgbara.

Àwọn òbí fi tinútinú ṣe owó ìdánilẹ́kọ̀ọ́ yìí. Wọ́n kà ìkópa sí ohun ọlá. A kò rí gbígbàjẹ̀jì ẹ̀sìn Islam gẹ́gẹ́ bí ìwà ìkà — òdodo ni.
Ìmúdàgbàsókè èrò pẹ̀lú ìdánrawò ara. Àwọn ẹsẹ láti inú Al-Quran ni a kọ́ sórí, tí a sì kà pẹ̀lú ìtẹnumọ́ lórí ìjà pẹ̀lú àwọn aláìgbàgbọ́. Ìkórìíra sí àwọn Kristẹni àti àwọn Júù kì í ṣe ìgbónára ìmọ̀lára; a mú un dàgbà nípasẹ̀ àtúnsọ.

Isa ti gba pe oun kopa taara ninu awon iwa-ipa ti o lodi si ara re:

- Lílu àwọn Kristẹni.
- Fífi agbára múni dẹ́rù bani.
- Sísọ àwọn Bíbélì di ohun tí a kò lè rí ní gbangba.
- Kíkópa nínú sísun àwọn ilé ìjọsìn.
- Lílọ́wọ́ nínú ìkọlù ẹ̀sìn tí a ṣètò.

Kò ṣàpèjúwe ara rẹ̀ gẹ́gẹ́ bí ẹni tí ó ní ìlọ́tìkọ̀ láti lọ́wọ́ nínú rẹ̀. Ó gbàgbọ́ pé òun ń gbèjà òtítọ́.

Yàtọ̀ sí ìdánilẹ́kọ̀ọ́ àwọn jagunjagun, ó tẹ̀síwájú nínú ṣíṣe ìsìn tòótọ́. Lẹ́yìn àdúrà márùn-ún tí ó jẹ́ dandan lójoojúmọ́, ó tún ṣe àwọn àsìkò míràn. Ó ti jẹ́rìí sí gbígbàdúrà tó tó 172 àsìkò àdúrà lójoojúmọ́.

Àpèjúwe kì í ṣe àpẹẹrẹ. Wọ́n tún àwọn ẹsẹ náà sọ ní ẹgbẹẹgbẹ̀rún ìgbà nínú àṣàrò. Ìgbọràn jẹ́ ohun gidi.

Nígbà tí ó pé ọmọ ọdún méje tàbí mẹ́jọ, ó ròyìn àwọn ìfarahàn ẹ̀mí tí ó túmọ̀ sí ìjẹ́rìí ẹ̀sìn Islam. Ó ṣàpèjúwe rírí àwọn ẹ̀dá tí ó gbàgbọ́ pé wọ́n jẹ́ "al-jinn." Àwọn ìrírí wọ̀nyí kò dẹ́rù bà á; wọ́n fún un ní agbára láti pinnu.

Ètò ìgbàgbọ́ rẹ̀ kò jẹ́ èyí tí ó le koko.

Ìbáwí, àtúnsọ, ìrírí ẹ̀mí, àti ìfúnni nísìírí àwùjọ ló mú kí ó lágbára sí i.

Nígbà tí ó di ọ̀dọ́langba, kì í ṣe pé ó kàn jẹ́ olùkópa lásán. Ó kópa nínú ètò ìlànà ẹ̀sìn Islam tí a ṣètò. Ó ti tọ́ka sí bí àwọn ẹgbẹ́ ṣe ń ṣe àgbékalẹ̀ ipa ẹ̀sìn Islam ní ìgbà pípẹ́. Ìrònú náà jẹ́ ti ìrandíran. Ọgbọ́n náà ní sùúrù.

Ìyípadà nínú ilé rẹ̀ kò yí i lérò padà.

Ó bí i nínú.

Ó rí ẹ̀sìn Kristẹni gẹ́gẹ́ bí aláìlera.

Ó rí àwọn Kristẹni gẹ́gẹ́ bí àwọn tí wọ́n ti di aláìgbọràn.

Ó rí Ṣọ́ọ̀ṣì gẹ́gẹ́ bí ohun tí ó yẹ kí ó dojú kọ.

Lẹ́yìn náà ni ìṣẹ̀lẹ̀ tó kan màmá rẹ̀ ṣẹlẹ̀.

Ìjà náà sì yípadà láti èrò-ìmọ̀-ọkàn sí ìpàdé.

ORÍ 5

Maiduguri, Ìran Ọrun Àpáàdì, àti Ìkọ̀sílẹ̀

Ìyípadà nínú ìgbésí ayé Isa kò bẹ̀rẹ̀ pẹ̀lú iná.
Ó bẹ̀rẹ̀ pẹ̀lú ìdààmú.
Ní àwọn ọdún ìdàgbàsókè rẹ̀ fún àwọn ọmọ ogun, Isa rìnrìn àjò lọ sí Maiduguri.
Ní àkókò yìí, ó dúró ṣinṣin pátápátá sí ẹ̀sìn Islam. Ìlànà èrò rẹ̀ wà ní ìpele kan náà. Ìkóríìra rẹ̀ sí ẹ̀sìn Kristẹni ṣì ń ṣiṣẹ́. Ìbáwí rẹ̀ kò dínkù.
Nígbà tí ó wà ní Maiduguri, ó sọ̀rọ̀ nípa ìrírí àrà ọ̀tọ̀ kan tí ó yí ìdánilójú inú rẹ̀ padà.
Ó sọ pé wọ́n fi ọ̀run àpáàdì hàn án.
Kò ṣàpèjúwe rẹ̀ gẹ́gẹ́ bí èrò inú tàbí àlá, ṣùgbọ́n gẹ́gẹ́ bí ìpàdé.
Gẹ́gẹ́ bí ẹ̀rí rẹ̀, ó rí iná àti ìjìyà líle. Ó rí àwọn ènìyàn tí wọ́n wà nínú ìjìyà.
Láàrin àwọn tí ó dá mọ̀ ni **àwọn olùkọ́ Mùsùlùmí — àwọn Mùsùlùmí — àwọn tí wọ́n ti kọ́ ọ ní ẹ̀kọ́ Mùsùlùmí.**
Àwọn wọ̀nyí kì í ṣe ọ̀tá ẹ̀sìn Islam.
Àwọn ni olórí nínú rẹ̀.
Ó rí àwọn olùkọ́ni ẹ̀sìn Islam tí wọ́n bọ̀wọ̀ fún tí wọ́n ń jìyà.
Ó ṣàpèjúwe wọn bí wọ́n ṣe ń sunkún, nínú ìrora, nínú iná.
Èyí kò bá ìlànà tí wọ́n kọ́ ọ mu.
Wọ́n tọ́ ọ dàgbà láti gbàgbọ́ pé ẹ̀sìn Islam ni ọ̀nà òtítọ́ kan ṣoṣo. Àwọn olùkọ́ni Mùsùlùmí ni wọ́n ń tọ́jú òtítọ́. Wọ́n gbà pé ibi tí wọ́n ń lọ títí ayé ni ààbò.
Ṣùgbọ́n nínú ìran tí ó ṣàpèjúwe, wọn kò ní ààbò.
Wọ́n dá wọn lẹ́bi.
A kò fi àwọn Kristẹni hàn án nínú ìjìyà.
Wọ́n fi àwọn aláṣẹ ẹ̀sìn Islam hàn án nínú ìyà.
Àlàyé yẹn dà á láàmú.
Lẹ́yìn èyí, ó ròyìn bí a ṣe gbé e sókè tí a sì fi ọ̀run hàn án.

Ó ṣàpèjúwe ọ̀run gẹ́gẹ́ bí èyí tí a ṣètò, tí ó mọ́lẹ̀, tí ó wà létòlétò, tí ó sì ní àlàáfíà.
Ó sọ pé òun rí àwọn ènìyàn tí wọ́n ti kú.
Ó ṣàpèjúwe ìrírí náà gẹ́gẹ́ bí èyí tí a lè rí kedere àti èyí tí ó ṣe kedere.
Wọ́n fi ibi méjì hàn án:
Ìrora.
Ati aṣẹ.
Ìdájọ́.
Àti àlàáfíà.
Ó padà wá láti ìrírí náà.
Kò sì yí padà.
Ìran náà kò ba ìdúróṣinṣin rẹ̀ jẹ́ lẹ́sẹ̀kẹsẹ̀.
Ìṣẹ̀dá rẹ̀ jinlẹ̀ jù.
Ọpọ̀ ọdún ìbáwí, àtúnsọ, èrò ìjagun, àti ìgbàgbọ́ tí a gbé kalẹ̀ kò wó lulẹ̀ lábẹ́ ìrírí kan ṣoṣo.
Ó padà sí ọ̀nà rẹ̀ tẹ́lẹ̀.
Ó tẹ̀síwájú nínú ṣíṣe ẹ̀sìn Islam.
Ó tẹ̀síwájú nínú ìfarajìn àwọn ọmọ ogun.
Ó tẹ̀síwájú láti kórìíra ẹ̀sìn Kristẹni.
Ṣùgbọ́n ìdàámú náà ṣì wà níbẹ̀.
Ó ti rí ohun kan tí kò bá ohun tí wọ́n kọ́ ọ mu.
Ìṣètò èrò-orí náà ṣì dúró síbẹ̀.
Ṣùgbọ́n ó ti ní àwọn ìfọ́ tó bàjẹ́ báyìí.
Ija pataki naa ko ni waye ni Maiduguri.
Ó máa ṣẹlẹ̀ nígbà tó bá yá.
Yóò kan imam rẹ̀.
Ó sì máa jẹ́ iná.

ORÍ KẸFÀ

Ìran Kẹta: 1982 — Ìfọkànsìn

Isa ti rí ohun tó tó láti ba ẹni tí kò ní ìgbékèlé jẹ́.
Ó ti rí àwọn olùkọ́ni Mùsùlùmí nínú ìjìyà.
Ó ti rí ọ̀run. Ó ti rí ikú màmámù tí ó kọ́ ọ ní àṣírí ẹ̀mí.
Síbẹ̀ kò sí ọ̀kan lára àwọn ìṣẹ̀lẹ̀ wọ̀nyẹn tó ba ìdúróṣinṣin rẹ̀ jẹ́.
Ìṣẹ̀dá inú rẹ̀ jinlẹ̀ jù.
A ti da a sile nipa gbigba aawe ni agogo marun.
Nipa gbigba adura ti o kọja ojuse. Nipa awọn adaṣe ogun.
Nipa awọn ipe ikọkọ. Nipa atunwi awọn ẹsẹ ti o ṣeto agbaye si awọn ẹka pipe.
Ìsìláàmù kì í ṣe ètò ìgbàgbọ́ tí ó gbà.
Ó jẹ́ egungun ìdámọ̀ rẹ̀.
Lẹ́yìn náà ni ọdún 1982 dé.
Ó ṣàpèjúwe rẹ̀ gẹ́gẹ́ bí ìforígbárí kẹta àti ìkẹ́yìn.
Ó wà ní Ìpínlẹ̀ Borno . Ìrònú àwọn oníjàgídíjàgan kò tíì rọ.
Àwọn ètò, ìdánrawò, àti ọgbọ́n ṣì wà. Kò yípadà sí ẹ̀sìn Kristẹni. Kò ní ìfẹ́ ọkàn. Kò wá kiri.
Ó ti sọ ní kedere pé: kò sí ọ̀nà tí òun ìbá gbàgbọ́ nínú Jésù láìsí ohun tí ó ju àríyànjiyàn lọ — "àgbàyanu, àgbàyanu," nínú ọ̀rọ̀ rẹ̀.
Ìpàdé náà dé lójijì.
Ó ṣàpèjúwe jíjókòó — lẹ́yìn náà ó wọ inú ohun tí ó pè ní ìrìn àjò.
Àyíká tí ó yí i ká ti pòórá.
Lẹ́yìn náà ni ó rí I.
Jésù.
Ó fi iná ṣàpèjúwe Jésù — kì í ṣe ooru ìṣàpẹẹrẹ, ṣùgbọ́n wíwà tí ó ń jóná. Ó sọ pé iná tí ó wà lórí Rẹ̀ gbóná gan-an. Ìbáṣepọ̀ náà kò jẹ́ ti onírẹ̀lẹ̀. Ó pọ̀ gan-an.
Lẹ́yìn náà ni ìran náà yípadà.
Apaadi ṣí sílẹ̀.

Ó ní òun rí i kedere.
Iná. Ìjìyà.
Ìrora.
Ó mọ àwọn ojú.
Ó rí àwọn ènìyàn tí ó mọ̀.
Ó rí àwọn olùkọ́ni Mùsùlùmí.
Ó rí àwọn ènìyàn tí ó bọ̀wọ̀ fún.
Ó rí bàbá àgbà rẹ̀.
Èyí kì í ṣe ẹ̀kọ́ ìsìn.
Ìmọ̀ràn ni èyí.
Àwọn ènìyàn tí ó gbàgbọ́ pé wọ́n wà ní ààbò ń jóná.
Wọ́n ti kọ́ ọ láti gbàgbọ́ pé ìdúróṣinṣin sí ẹ̀sìn Islam dájú párádísè.
Síbẹ̀ nínú ìran tí ó ròyìn, wọ́n wà nínú ìrora.
Ìpàdé náà kò dúró síbẹ̀.
Ó ní wọ́n fi ọ̀run hàn òun lẹ́yìn náà.
Ó ṣàpèjúwe ìṣètò, ìṣètò, ìmọ́lẹ̀, àti àlàáfíà.
Wọ́n ti kọ́ ọ láti kú fún ohun tó gbàgbọ́.
Wọ́n ti sọ fún un pé ìjẹ́rìíkú ni ìgbéga. Ikú nínú jìhádì ni ìgbéga.
Kò bẹ̀rù ikú rárá.
Ó ti gbà á tọwọ́tẹsẹ̀.
Nítorí náà, ìforígbárí yìí kì í ṣe nípa ìbẹ̀rù ikú.
Ó jẹ́ nípa ìfọ́síwájú ẹ̀tàn.
Ó ní ní àkókò yẹn, gbogbo nǹkan tó wà nínú òun ti fọ́.
Kì í ṣe díẹ̀díẹ̀.
Kì í ṣe nípa ti ìmọ̀lára.
Nípa ìlànà.
Ilé ẹ̀kọ́ náà wó lulẹ̀.
Ó juwọ́ sílẹ̀.
Ní ọdún 1982, Isa fi ẹ̀mí rẹ̀ fún Jesu Kristi.
Olùgbèjà ẹ̀sìn Islam fi ìdúróṣinṣin rẹ̀ hàn.
Ṣùgbọ́n ìfọkànsìn kò mú àlàáfíà wá.
Ó fa ogun.

ORÍ 7

Mo Ri Ina Lati Orun - Olutoju

Kí ìjà tó wáyé, ìgbẹ́kẹ̀lé wà níbẹ̀.
Láti ìgbà èwe ni màmámù náà ti mọ Ísà. Ó ti ń wò ó bí ó ṣe ń dàgbà. Ó ti ṣe àtúnṣe sí bí ó ṣe ń pe ọ̀rọ̀, ó ti kọ́ ìrántí rẹ̀, ó sì ti ṣe àtúnṣe sí ipò rẹ̀ nínú àdúrà. Kì í ṣe olùkọ́ lẹ́ẹ̀kọ̀ọ̀kan; ó ní ipa lórí ìṣẹ̀dá.
Lábẹ́ rẹ̀, Isa kọ́ ẹ̀kọ́ — kìí ṣe ìgbàgbọ́ lásán, ṣùgbọ́n ìfọkànsìn tí a ṣètò. Ó kọ́ bí a ṣe ń kà á, bí a ṣe ń túmọ̀ rẹ̀, àti bí a ṣe ń tẹ̀síwájú. Ṣùgbọ́n yàtọ̀ sí ẹ̀kọ́ gbogbogbòò, àwọn ìpele jíjinlẹ̀ wà. Àwọn ìṣe tí a kò sọ̀rọ̀ nípa wọn ní gbangba. Àwọn ìpè. Àwọn adaṣe ẹ̀mí. Ohun tí Isa yóò ṣàpèjúwe lẹ́yìn náà láìsí ìjákulẹ̀ gẹ́gẹ́ bí "apá ìkọ̀kọ̀ jíjìn."
Fún ọmọdékùnrin tí ebi ń pa fún ìtara, agbára ni èyí.
Kì í ṣe olórí ẹ̀sìn lásán ni màmámù náà, ó jẹ́ olùṣọ́nà ìmọ̀.
Ọkùnrin kan gbẹ́kẹ̀lé ohun tí àwọn ẹlòmíràn kò lè rí.
Nítorí náà, nígbà tí wàhálà bẹ̀rẹ̀ sí í pọ̀ sí i nínú ìrìn àjò ẹ̀mí Isa, kì í ṣe wàhálà pẹ̀lú àwọn àlejò, ó jẹ́ ìdàámú pẹ̀lú ẹnìkan tí ọwọ́ rẹ̀ ti ṣe àgbékalẹ̀ rẹ̀.
Lẹ́yìn náà ni ìdádúró náà dé.
Isa kò tíì rọ ọ̀rọ̀ ohun tí ó rí. Kò gbé e kalẹ̀ gẹ́gẹ́ bí àlá tàbí àfiwé. Ó sọ ní kedere pé:
"Mo rí iná láti ọ̀run."
Ó ṣàpèjúwe kẹ̀kẹ́ ẹṣin.
Àwọn kẹ̀kẹ́ ogun iná.
Ó ń sọ̀kalẹ̀.
Ó rí i pé ó ń dún.
Imam náà wó lulẹ̀.
Àwọn mìíràn kò ṣàlàyé ohun tí ó ṣàlàyé. Àwọn tí ó wà nítòsí rẹ̀ sọ nípa egbò tí ó ń jáde lára ara màmámù náà lẹ́yìn náà. Wíwú. Ìfarahàn ara. Wọn kò sọ̀rọ̀ nípa iná. Wọn kò sọ̀rọ̀ nípa kẹ̀kẹ́ ẹṣin.

Isa tẹnumọ́ ìyàtọ̀ náà pé:
Ó rí iná.
Wọ́n rí egbò.
Imam náà kú.
Ìṣẹ́jú náà fa ohun kan jáde nínú rẹ̀.
Ọkùnrin yìí ló fi àwọn ìwà ìkọ̀kọ̀ hàn án, tó fi agbára hàn nínú ètò náà. Tí a bá lè gbá àṣẹ náà — tí a bá lè wọ inú ètò ẹ̀mí yẹn — nígbà náà ohun tó tóbi jù bẹ́ẹ̀ lọ ló ń ṣiṣẹ́.
Ṣùgbọ́n èyí ni ohun tó mú kí ìtàn náà jẹ́ òótọ́.
Kò yí padà ní ọjọ́ náà.
Kò sí ìfọkànsìn lẹ́sẹ̀kẹsẹ̀. Kò sí ìyípadà ìdúróṣinṣin lẹ́sẹ̀kẹsẹ̀.
Kò sí ìwópalẹ̀ ìmọ̀lára sínú ìgbàgbọ́ tuntun.
Dípò bẹ́ẹ̀, ohun kan tó léwu jù bẹ́ẹ̀ lọ ṣẹlẹ̀.
Ó le koko.
Ìjà náà kò mú kí ó rọ̀. Ó mú kí ó le sí i. Nígbà tí ètò kan bá mì tìtì, àwọn kan á sá lọ. Àwọn mìíràn á rọ́ sí i. Isa á rọ́ sí i. Ìbáwí rẹ̀ á pọ̀ sí i. Ìpinnu rẹ̀ á túbọ̀ lágbára sí i. Ìmọ̀ rẹ̀ nípa ìjàkadì á túbọ̀ lágbára sí i.
Iná náà fi ohun kan hàn gbangba — ṣùgbọ́n ìfarahàn kò mú ìgbọràn wá láìfọwọ́sí.
Ohun tó kú ní ọjọ́ náà kì í ṣe olùkọ́ni lásán.
Ó dájú pé ó wà.
Ṣùgbọ́n ìwópalẹ̀ ìdánilójú kò túmọ̀ sí ìwópalẹ̀ ìdúróṣinṣin — kìí ṣe lẹ́sẹ̀kẹsẹ̀.
Iná náà péye gan-an. Kì í ṣe ìfihàn eré orí ìtàgé fún àwùjọ. Ó jẹ́ ìdádúró fún ọkùnrin kan tí a gbé ìpìlẹ̀ rẹ̀ ka orí àṣẹ olùkọ́ni náà.
Ati sibẹsibẹ paapaa lẹhin ti o ti ri ina.
Àní lẹ́yìn tí mo ti rí ikú.
Paapaa lẹhin ti o ti ni iriri idamu.
Ó tẹ̀síwájú.
Ìdí nìyí tí ìjà tó tẹ̀lé e fi gbọ́dọ̀ jinlẹ̀ sí i. Kì í ṣe iná láti òde. Kì í ṣe ìfarahàn tó hàn gbangba. Ohun kan tó lè wọ inú ìṣètò àtijọ́ sínú ìdúróṣinṣin fúnra rẹ̀.
Iná náà kọlu olùkọ́ni náà.
Ṣugbọn ìfọkànsìn náà ṣì ń bọ̀.

ORÍ 8

Ìgbà mẹ́sàn-án ni wọ́n gbìyànjú láti pa á

Nígbà tí Isa juwọ́ sílẹ̀ ní ọdún 1982, ogun tẹ̀mí kò parẹ́.
Ó yọ síta.
Ó ti yípadà láti inú sí ọ̀tá.
Kò jẹ́ Mùsùlùmí lásán mọ́.
Kì í ṣe jagunjagun lásán ni.
Ó jẹ́ onímọ̀ nípa ọgbọ́n èrò tẹ́lẹ̀ tí ó ń wàásù Kristi nísinsìnyí.
Èyí sì mú un jẹ́ ewu.
Ó ti sọ kedere pé: àwọn ìgbìyànjú ìpàniyàn mẹ́sàn-án ló wà lórí ẹ̀mí rẹ̀.
Kì í ṣe ìhalẹ̀mọ́ni.
Àwọn ìgbìyànjú.
Ìbọn ni wọ́n kọ́kọ́ kọlù nígbà tí wọ́n ń ta ọtí.
Ó ṣàlàyé bí àwọn oníjàgídíjàgan ṣe dojú kọ ọ́ ní tààrà. Àwọn wọ̀nyí kì í ṣe ọ̀tá tí a kò mọ̀. Àwọn kan lára wọn lóye ẹni tí òun jẹ́ tẹ́lẹ̀. Wọ́n mọ ẹ̀kọ́ rẹ̀. Wọ́n mọ ipa rẹ̀. Wọ́n mọ ọgbọ́n ìrònú rẹ̀.
Wọ́n yìnbọn.
Ó ròyìn pé ìbọn wọ inú ara rẹ̀.
Nígbà ìkọlù náà, wọ́n tún fi irin lu orí rẹ̀ pẹ̀lú agbára. Ó ṣàpèjúwe ìkọlù náà gẹ́gẹ́ bí èyí tó le gan-an. Ẹjẹ̀ ṣàn lẹ́sẹ̀kẹsẹ̀ àti gidigidi. Irú ẹ̀jẹ̀ tó ń jẹ́ kí àwọn olùwòran rí i dájú pé a ti fọ́ agbárí náà.
Ó wó lulẹ̀.
Àwọn tó wà níbẹ̀ rò pé ó ti kú.
Wọ́n gbé e sínú ọkọ̀ bíi pé ó ti parí.
Ti gbe.
A da a nù ní ìfojúsùn.
Ṣùgbọ́n kò kú.

Láìka ẹ̀jẹ̀ tó hàn gbangba láti orí rẹ̀ sí, láìka ìbọn sí, láìka ìkọlù náà sí — ó yè.
Ó ṣàlàyé lẹ́yìn náà pé wọ́n yọ ìbọn kúrò lára òun.
Ó yege.
Ó sọ pé ìwàláàyè yẹn kì í ṣe àṣeyọrí, bí kò ṣe ìdásí.
Ìgbìyànjú pàtàkì tó tẹ̀lé e yìí wáyé nípasẹ̀ ìjẹkújẹ.
Wọ́n fún un ní oúnjẹ.
Ó jẹ ẹ́ láìsí ìfura.
Àwọn ènìyàn tí wọ́n ṣe é retí pé kí ẹ̀mí rẹ̀ parẹ́ láàárín wákàtí díẹ̀.
Wọ́n dúró.
Kò wó lulẹ̀.
Wọ́n dúró pẹ́ ju bẹ́ẹ̀ lọ.
Ó wà láàyè.
Gẹ́gẹ́ bí ìròyìn rẹ̀, àwọn tó fún ni oògùn olóró náà padà wá, wọ́n sì jẹ́wọ́ ohun tí wọ́n ṣe. Wọ́n retí pé kí wọ́n rí òkú kan.
Dípò bẹ́ẹ̀, wọ́n rí i tó ń ṣiṣẹ́.
Ó ṣàpèjúwe àbájáde náà gẹ́gẹ́ bí ìdàkejì ìparun.
Dípò kí ó rẹ̀wẹ̀sì, ó ní ara òun lágbára síi.
Àwọn tó ń gbógun rẹ̀ kò túmọ̀ èyí sí ìlera déédé.
Ó mú kí ìkórìíra pọ̀ sí i.
Awọn igbiyanju tẹsiwaju.
Ó ṣàpèjúwe bí wọ́n ṣe ń wá wọn kiri.
Ó ṣàpèjúwe ìrìn láti ibì kan sí ibòmíràn.
Ó ṣàpèjúwe wíwàásù ní àwọn abúlé àti fífi sílẹ̀ kí ìgbẹ̀san tó lè wáyé.
Ó ṣàpèjúwe bí a ṣe ń ṣiṣẹ́ láìsí ìkọ̀kọ̀ nítorí pé bí a ṣe sún mọ́ àwọn onígbàgbọ́ fi wọ́n sínú ewu. Àwọn Kristẹni bẹ̀rù ìbáṣepọ̀ pẹ̀lú rẹ̀ nítorí pé ìbílẹ̀ rẹ̀ àtijọ́ mú kí ó jẹ́ ẹni tí ó máa ń fẹ́ kí àwọn ènìyàn máa dáhùn sí ìwà ipá.
Ó ní ìjà kan ṣoṣo ni yíyí Musulumi padà.
Mímú kí àwọn olùyípadà náà wà ní ipò mìíràn.
Ìkórìíra náà kò jẹ́ ti ìmọ̀lára.
Ó jẹ́ ètò ìgbésẹ̀.
Ó ní àwọn ètò àti ètò ìjọba ti di ohun tó ní ipa ní àwọn ìpele kan. Ìfúngun náà ga ju àwọn ọmọ ogun tí wọ́n dá dúró lọ.
Nígbà kan, bí ewu náà ṣe le tó nílò ìrànlọ́wọ́.

Ó ròyìn pé ètò tí wọ́n ṣe ní ipò ààrẹ mú kí ó lè sá lọ sí Améríkà.
Kò ṣe pàtàkì fún ìyọ́kúrò.
Ó wà fún ìgbàlà.
Àbójútó ìṣègùn tẹ̀lé e.
Ó yege.
Ó ṣe àgbékalẹ̀ àpẹẹrẹ náà ní kedere:
Àwọn ọta ibọn kò gbé e lulẹ̀.
Májèlé kò parí rẹ̀.
Àwọn abúmọ̀ kò parí rẹ̀.
Àwọn ìgbìyànjú mẹ́sàn-án.
Àṣìṣe mẹ́sàn-án.
Ó fi hàn pé wọ́n ní ààbò Ọlọ́run.
Ajagun tí ó ti ṣe àgbékalẹ̀ jihadi tẹ̀lẹ̀ ti dúró gẹ́gẹ́ bí aṣáájú Kristẹni lábẹ́ ewu nígbà gbogbo.
Síbẹ̀, ó wà láàyè.

ORÍ 9

Àwọn Ọmọ-ẹ̀yìn Farasin àti Ìdúróṣinṣin Lábẹ́ Àbò

Lẹ́yìn ìgbìyànjú ìpàniyàn, lẹ́yìn ìbọn àti majele, lẹ́yìn ìṣípòpadà àti ìwàláàyè, ìgbésí ayé Isa wọ inú irú wàhálà mìíràn.
Ìyípadà ní gbangba jẹ́ ìjà kan.
Ìdúróṣinṣin tó wà láàárín àwọn àyíká tí ó lòdì sí ara wọn jẹ́ òmíràn.
Nínú ẹ̀rí rẹ̀, ó ṣàlàyé bí dídúró ní àyíká tí ìfarahàn lè túmọ̀ sí ikú lójúkan—kì í ṣe fún òun nìkan, ṣùgbọ́n fún àwọn mìíràn tí wọ́n ní àjọṣepọ̀ pẹ̀lú rẹ̀.
Ó sọ̀rọ̀ nípa ṣíṣiṣẹ́ láìsí ìkọ̀kọ̀.
Ó sọ̀rọ̀ nípa ìbáṣepọ̀ díẹ̀ nítorí pé àwọn onígbàgbọ́ bẹ̀rù pé ìsúnmọ́ lè mú kí wọ́n fojú sí ara wọn.
Ó ṣàpèjúwe gbígbé "láàrín" — àwọn Kristẹni kò fọkàn tán an ní àkọ́kọ́ nítorí ipò rẹ̀ tẹ́lẹ̀, àti pé àwọn oníjàgídíjàgan ń lépa rẹ̀ nítorí ìdúróṣinṣin tuntun rẹ̀.
Èyí fi apá kan tí a sábà máa ń lóye nípa jíjẹ́ ọmọ-ẹ̀yìn hàn: Ìdúróṣinṣin tí a fi pamọ́ kì í ṣe dandan àdéhùn.
Ìwé Mímọ́ kọ àwọn àpẹẹrẹ kan náà sílẹ̀.
Nikodemu wá ní òru.
Jósẹ́fù ará Arimatíyà tẹ̀lé e ní ìkọ̀kọ̀ títí di àkókò ìsìnkú rẹ̀.
Esteri fi ẹni tí a mọ̀ pamọ́ títí tí àkókò fi dọ́gba.
Náámánì ṣèlérí ìdúróṣinṣin sí Ọlọ́run Ísírẹ́lì nígbà tí ó ṣì dúró lẹ́gbẹ̀ẹ́ ọba kan ní tẹ́ḿpìlì àjèjì kan.
Jíjẹ́ ọmọ-ẹ̀yìn tí a fi pamọ́ kì í ṣe ìkọ̀sílẹ̀.
Ó jẹ́ ìgbàlà nígbà tí ìdúróṣinṣin bá ń yípadà nínú ara.
Ní àwọn agbègbè tí ẹ̀sìn Islam ti ń ṣakóso ètò àwùjọ àti ìṣèlú, àwọn kan tí wọ́n ti yípadà kì í fi àyíká wọn sílẹ̀ lẹ́sẹ̀kẹsẹ̀.
Àwọn kan ń tẹ̀síwájú láti lọ sí àwọn ilé mọ́sálásí ní òde nígbà tí wọ́n ń gbàdúrà nínú ara wọn nípasẹ̀ Kristi.
Èyí kì í ṣe ìdàrúdàpọ̀ ẹ̀kọ́ ìsìn.

Ó jẹ́ ìgbàlà ètò ìgbésẹ̀.
Isa ṣàlàyé òtítọ́ náà pé yíyí Musulumi padà jẹ́ ìforígbárí kan.
Mímú kí àwọn tó ti yí ẹ̀sìn padà náà wà láàyè kí wọ́n sì dúró ṣinṣin nínú ìgbàgbọ́ jẹ́ ohun mìíràn.
Ogun náà kò parí pẹ̀lú ìjẹ́wọ́.
Ó ń pọ̀ sí i.
Àwọn onígbàgbọ́ kan wà tí wọ́n dúró nínú ètò nígbà tí ìdúróṣinṣin ti yípadà.
Wọ́n ń gbàdúrà ní ọ̀nà ọ̀tọ̀ọ̀tọ̀.
Wọ́n gbàgbọ́ ní ọ̀nà ọ̀tọ̀ọ̀tọ̀. Wọ́n jẹ́wọ́ Kristi ní inú. Wọ́n ń ṣiṣẹ́ pẹ̀lú ìṣọ́ra.
Àwọn wọ̀nyí kì í ṣe àwọn ìtàn àròsọ.
Wọ́n ń gbé ní àwọn agbègbè tí ó lòdì sí wọn.
Ìtàn Isa kò fi hàn pé àwọn eré ìtàgé gbogbogbòò ni ọ̀nà kan ṣoṣo láti fi jẹ́ olóòótọ́.
Ó fi hàn pé ìdúróṣinṣin jẹ́ ti ẹ̀mí ní àkọ́kọ́, lẹ́yìn náà ó hàn gbangba.
Àwọn ọmọ ẹ̀yìn kan gbọ́dọ̀ rìn ní ìdákẹ́jẹ́ẹ́.
Àwọn kan gbọ́dọ̀ máa lọ sí gbangba.
Ọgbọ́n láti mọ èyí tí ó ṣe pàtàkì kì í ṣe àìlera—ó jẹ́ ìdàgbàsókè.
Ajagun tí a ti kọ́ tẹ́lẹ̀ láti pa àwọn Kristẹni run ti lóye ohun tó yàtọ̀ báyìí:
Kìí ṣe gbogbo ogun ni a máa ń jà pẹ̀lú ìfarahàn.
Àwọn kan ń fi ìfaradà jà.

ORÍ 10

Láti Ìwàláàyè sí Ìṣètò: Àṣẹ Iṣẹ́-Ìránṣẹ́

Ìwàláàyè nìkan kì í ṣe ogún.
Ọpọlọpọ eniyan la awọn ikọlu kọja.
Àwọn díẹ̀ ló kọ́ àwọn ilé-ẹ̀kọ́ lẹ́yìn náà.
Lẹ́yìn ìgbìyànjú ìpànìyàn, lẹ́yìn ìsákúrò, lẹ́yìn ìwòsàn ìṣègùn, lẹ́yìn ọ̀pọ̀ ọdún wíwàásù lábẹ́ ewu, ìtàn Isa kò parí sí fífi ara pamọ́.
Ó yípadà sí ìṣètò.
Kò kọ́ pẹpẹ ìṣàpẹẹrẹ ènìyàn.
Ó kọ́ ìgbìmọ̀ kan.
A mọ iṣẹ́ náà sí **Evangelical Biblical Outreach Ministries International (EBOMI)** .
Gẹ́gẹ́ bí a ti sọ ní gbangba, àṣẹ rẹ̀ ṣe kedere:
Láti kó àwọn onígbàgbọ́, àwọn olórí ìjọ, àwọn òṣìṣẹ́ ìjọba, àti àwọn olóṣèlú jọ, láti lè rìn nínú àsọtẹ́lẹ̀ wọn kí wọ́n sì wàásù ohun tí iṣẹ́ ìránṣẹ́ náà pè ní Ìhìnrere tí kò ní àbùkù — láti mú kí ìdàgbàsókè Ìjọba yára kánkán nípasẹ̀ ẹ̀bẹ̀ àti ìsọjí.
Èdè iṣẹ́-ìránṣẹ́ náà fi kókó ọ̀rọ̀ kan hàn láti inú ìgbésí ayé rẹ̀: àwọn olùṣọ́.
Oju opo wẹẹbu naa tọka si Esekieli 33:7, Esekieli 22:26–30, ati Isaiah 62:6 — awọn ẹsẹ ti o pe awọn oluṣọ lati duro ni ibi ti eto naa ba ṣubu.
Ihinrere naa kii se isin Kristẹni alailopin.
Ojúṣe ni.
Ó ti sọ ní gbangba pé:
"Nígbà tí wọ́n gbà mí lọ́wọ́ ẹ̀sìn Islam, Olúwa sọ fún mi pé, 'Ọmọ mi, lọ kí o sì ru àwọn olùṣọ́ sókè láti gba ipò wọn kí n má baà pa àwọn ènìyàn run.'"
Èdè náà jẹ́ tààrà.
Àṣẹ náà lòdì sí ara wọn.
Àtúnṣe "àwọn àmì ìṣàpẹẹrẹ ìgbàanì" ni kókó pàtàkì náà.
Ilé iṣẹ́ EBOMI wà ní Jos, ìpínlẹ̀ Plateau, Nàìjíríà.
O n ṣiṣẹ bi:

- Iṣẹ́ ìsìn ìjọ kan.
- Igbimọ ikẹkọ kan.
- Pẹpẹ ìtúnsípò kan.
- Ìṣètò ìgbékalẹ̀ àsọtẹ́lẹ̀ kan.

Ṣùgbọ́n ìtàn náà kò dúró lórí ìwàásù.
Apá kejì wà: ìfọwọ́sowọ́pọ̀ ènìyàn.
Nípasẹ̀ **El- Buba Foundation** , ìfiranṣẹ́ náà gbòòrò sí iṣẹ́ ìsìn tó wúlò.
O sọ — àti pé a gbọ́dọ̀ fi èyí kún un dáadáa — pé ó ju 80% àwọn tó ń jàǹfààní rẹ̀ lọ jẹ́ Mùsùlùmí.
Àlàyé yẹn ṣe pàtàkì.
Ajagun tẹ́lẹ̀ náà ń fún àwọn ènìyàn ní oúnjẹ, ó ń kọ́ wọn lẹ́kọ̀ọ́, ó sì ń fún wọn ní agbára láti máa gbé àwọn àwùjọ tí wọ́n jẹ́ ẹgbẹ́ ìsìn tí ó ti ń gbèjà ní ìkà nígbà kan rí.
Ipilẹ naa n ṣiṣẹ:

- Àwọn ilé ẹ̀kọ́.
- Àwọn ètò iṣẹ́ àgbẹ̀.
- Àwọn oko àti ilẹ̀ tí a yà sọ́tọ̀ fún iṣẹ́ àgbẹ̀.
- Ìtìlẹ́yìn fún àwọn aláìní àti àwọn aláìní.

Ọpọ̀lọpọ̀ àwọn tí wọ́n ń fìdí rẹ̀ múlẹ̀ jẹ́ Mùsùlùmí.
Èyí kì í ṣe ọ̀rọ̀ àròsọ nípa èrò ọkàn.
Ìyípadà àwùjọ ni.
Ọkùnrin tí wọ́n ti kọ́ láti ba àwọn ṣọ́ọ̀ṣì jẹ́ tẹ́lẹ̀ ti ń darí àwọn ilé ìwé báyìí.
Ẹni tí ó ti jẹ́ oníjàgídíjàgan tẹ́lẹ̀ náà ń pèsè ilẹ̀ oko fún àwọn aláìní báyìí.
Iṣẹ́ rọ́pò ìfiyàjẹni.
Ìṣètò rọ́pò ìjà ogun.
Ìpèsè rọ́pò ìwà ipá.
Kódà láàárín ilé tirẹ̀ pàápàá, ìtàn ìpínyà àti ìṣọ̀kan ṣì wà.
O kíyèsí pé ìdílé rẹ̀ ti pín sí méjì — àwọn kan jẹ́ Mùsùlùmí, àwọn kan jẹ́ Kristẹni — síbẹ̀ wọ́n ń jẹun papọ̀.
Àlàyé yẹn lágbára gan-an.
Ó fihàn pé ìyípadà kò pa ìsopọ̀ ìbáṣepọ̀ rẹ́.
Ìdúróṣinṣin ti yípadà.
Iyì ènìyàn sì wà níbẹ̀.

Orí yìí ṣe pàtàkì nítorí pé ó ń dènà ìtàn náà láti parí pẹ̀lú inúnibíni nìkan.
Ó fi èso hàn.
Ó fi àwọn ètò ìṣiṣẹ́ hàn.
Ó fi ìtẹ̀síwájú ètò hàn.
Ó fihàn pé ìṣẹ̀dá tí a ti ṣe ní ọ̀nà tí ó tọ́, nígbà tí a bá darí rẹ̀, lè kọ́ àwùjọ dípò kí ó gbógun tì í.

ÌPARÍ SÍ APA KÍNÍ

Ohun tí ìfọkànsìn ń mú wá

Ọmọ ọdún márùn-ún tó ń gbààwẹ̀.
Ọdọ́langba oníjàgídíjàgan. Olùkọ́ni tí iná jó. Ọkùnrin kan tó rí ọ̀run àpáàdì. Jíjẹ́wọ́ ní ọdún 1982. Ìgbìyànjú ìpànìyàn mẹ́sàn-án. Àwọn ìbọn. Májèlé. Ìsálà. Ìwàláàyè.
Ati igba yen-
Àwọn ilé ìwé.
Àwọn oko. Iṣẹ́ ìpìlẹ̀. Àwọn olùṣọ́ kó ara wọn jọ. Àwọn àwùjọ Mùsùlùmí ń ṣiṣẹ́. Ìdílé kan tí ó pínyà ṣì ń jẹun lórí tábìlì kan.
Ìtàn náà kò gbé ìwà ipá láruge.
Ó ń fi ìṣẹ̀dá hàn.
Kò sọ inúnibíni di ohun tó dùn mọ́ni.
Ó fi ìfaradà hàn.
Kò gbé ìyípadà kalẹ̀ gẹ́gẹ́ bí àsálà.
Ó gbé e kalẹ̀ gẹ́gẹ́ bí ìyípadà ìdúróṣinṣin pẹ̀lú àbájáde.
Nisinsinyi ibeere naa pada si oluka naa:
Tí ìbáwí oníjàgídíjàgan bá lè kọ́ ìparun,
kí ni ìdúróṣinṣin sí Kristi lè kọ́ ?
Apá Kejì kìí ṣe àbá.
Ìdáhùn ni.

Àwọn Ìwé Ìròyìn Alààyè – Ẹka Ìfọkànsìn Ọjọ́ 40 - Ìkẹ́kọ̀ọ́ Mẹ́ta BẸRẸ... >>>>>

BÍ A ṢE LÈ LÒ ÌFẸSÍNṢẸ YÌÍ

Ìtọ́sọ́nà Ìdásílẹ̀ fún Àwọn Ẹnìkọ̀ọ̀kan, Àwọn Ìdílé, àti Àwọn Àwùjọ

Irin ajo ojo ogoji yii ko se apẹrẹ fun lilo.
A ṣe é láti ṣe àwòkọ́ṣe rẹ.
Èyí kì í ṣe ìtòlẹ́sẹẹsẹ kíkà.
Ó jẹ́ ọ̀nà ìkọ́kọ́.
Rìn pẹ̀lẹ́pẹ̀lẹ́.
...

FÚN ÀWỌN ẸNÌKỌKAN

A ṣe é láti máa gbé ìgbé ayé ìjọ́sìn yìí ní ọjọ́ kan.
Kò yára.
Kò kóra jọ. Kò yára.

Ìrìn ojoojúmọ́ tí a dámọ̀ràn (Ìṣẹ́jú 20–30)

Ojoojumọ kọọkan ni:

- Ìdádúró ìtàn kan
- Ìwé Mímọ́ Méjì (Májẹ̀mú Láéláé àti Tuntun) • Àwọn Ẹkọ́ • Àwọn Ìbéèrè Ìronú • Ìkéde kan • Àdúrà kan • Ìgbésẹ̀ Ìṣe kan

Gbe wọn kọja ni aṣẹ yii:

1. Kaa diẹdiẹ

Má ṣe wo àwọn ohun pàtàkì.
Má ṣe wá àwọn ohun pàtàkì. Ka bíi pé a ń ṣe àyẹ̀wò ìgbésí ayé rẹ — nítorí pé ó rí bẹ́ẹ̀.

2. Jókòó pẹ̀lú àwọn Ìwé Mímọ́

Ka àwọn ẹsẹ méjèèjì sókè bí ó bá ṣeé ṣe.
Ṣàkíyèsí ìdààmú. Ṣàkíyèsí ìdènà. Ṣàkíyèsí ìdánilójú.
Má ṣe gbèjà ara rẹ kúrò lọ́wọ́ Ọrọ̀ náà.

3. Ṣe àgbéyẹ̀wò láìsí iṣẹ́

Àwọn ìbéèrè náà kì í ṣe fún ìfihàn ọpọlọ.
Wọ́n jẹ́ dígí.
Dáhùn ní ṣókí.
Dáhùn ní òótọ́. A kò fún ọ ní àmì ìdánilójú — a ń dá ọ sílẹ̀.

4. Kéde pẹ̀lú èrò ọkàn

Àwọn ìkéde náà kì í ṣe gbólóhùn ìṣírí.
Wọ́n jẹ́ gbólóhùn ìbáramu.
Sọ wọ́n lọ́ra.
Jẹ́ kí ìfẹ́ rẹ bá ara rẹ mu kí ìmọ̀lára rẹ tó dé.

5. Tọ́ràn sí Igbesẹ Iṣe naa

Ojoojúmọ́ ní ìgbésẹ̀ kékeré ti ìgbọràn nínú.
Ṣe é ní ìdákẹ́jẹ́ẹ́.
Má ṣe kéde rẹ̀.
Má ṣe fi í síta. Má ṣe ṣe é bí ẹni pé ó jẹ́ eré.
Ìṣẹ̀dá ń ṣẹlẹ̀ nínú ìgbọ̀ràn tí a fi pamọ́.

Iduro fun Lilo Ara Ẹni

Kí iṣẹ́ ìsìn yìí lè ṣe é:

• Ka ọjọ́ kan ṣoṣo fún ọjọ́ kan ṣoṣo

• Dá ìfẹ́ ọkàn láti tẹ̀síwájú • Má ṣe wá àwọn ìrírí ìmọ̀lára — wá ìbáramu • Àkọsílẹ̀ ohun tí ó ṣàlàyé ìgbọràn nìkan • Tí ọjọ́ kan bá dá ọ lẹ́bi gidigidi, dúró níbẹ̀ fún wákàtí 24–48

A kì í fi iyára wọn ìyípadà.

FÚN ÀWỌN Ìdílé

A tun le lo irin ajo yii laarin awon idile ti n rin kiri ninu igbagbo ti o pin, wahala iran, tabi eto igbagbo ti a jogun.
Ìlà tí a dámọ̀ràn:
• Olúkúlùkù ènìyàn parí kíkà ojoojúmọ́ lọtọ̀ọ̀tọ̀
• Lẹ́ẹ̀kan lọ́sọ̀ọ̀sẹ̀, pín ohun tí wọ́n dojú kọ nìkan • Kò sí àtúnṣe. Kò sí ìkọ́ni. Kò sí àríyànjiyàn.
Bọ̀wọ̀ fún ìlànà náà.
Ìṣẹ̀dá kò le ye àríyànjiyàn.

FÚN ÀWỌN ẸGBẸ KÉKERÉ ÀTI ÀWỌN ẸYÌN ẸKẸ-ẸYÌN

Ìfọkànsìn yìí ń ṣiṣẹ́ gidigidi nínú:

• Àwọn ẹgbẹ́ aṣáájú

• Àwọn àwùjọ àdúrà • Àwọn ẹgbẹ́ àdúrà • Àwọn ẹgbẹ́ ọmọ-ẹ̀yìn • Àwọn ẹgbẹ́ ìdásílẹ̀ ẹ̀mí

Eto ti a ṣeduro

Dípò kí àwọn ẹgbẹ́ máa pàdé lójoojúmọ́, wọ́n gbọ́dọ̀:

• Pari awọn ọjọ ijọsin marun ni ikọkọ

• Pejọ lẹẹkan lọsọọsẹ • Fi ọjọ kan silẹ fun isinmi tabi ipade

Èyí mú kí a lè máa ṣe ìgbọràn fúnra ẹni àti láti máa ṣe é ní ọ̀nà tí a gbà ń ṣe é.

Ìṣàn ẹgbẹ́ fún ìṣẹ́jú 60–90

1. Ìṣẹ́jú márùn-ún ìdákẹ́jẹ́ẹ́

Kò sí àtúnṣe tuntun. Kò sí ìkéde. Jẹ́ kí yàrá náà rọ̀.

2. Àròjinlẹ̀ Pínpín (Kò sí Àlàyé)

Olúkúlùkù dáhùn pé: • Kí ló tú mi síta ní ọ̀sẹ̀ yìí? • Níbo ni mo ti kọ̀? • Kí ni Ọlọ́run ṣàlàyé?

Kò sí ẹ̀kọ́.

Kò sí àtúnṣe. Kò sí àbájáde ọ̀rọ̀.

3. Àtún-Kíkà Ìwé Mímọ́

Ka Májẹ̀mú Láéláé kan àti Májẹ̀mú Tuntun kan sókè lẹ́ẹ̀kan síi.

Beere:

• Iru eto wo ni a nilo? • Eso wo ni o n bẹrẹ sii dagba?

4. Àdúrà

Gbàdúrà fún ìgbọràn — kìí ṣe ìtùnú. Kéde ìbáṣepọ̀ papọ̀.

Àwọn Májẹ̀mú Ẹgbẹ́ (Kò Ṣeé Ṣe Àdéhùn)

Kí èyí lè máa jẹ́ àyíká ìṣẹ̀dá:

• Kò sí àtúnṣe sí ara yín

• Kò sí ẹ̀kọ́ tí a kò béèrè fún • Kò sí ìmọ̀ràn àyàfi tí a bá pè yín • Kò sí ìpínkiri nita àwùjọ • Kò sí àfiwé ẹ̀mí

Ilẹ̀ mímọ́ ni èyí.

Dáàbò bò ó.

FÚN ÀWỌN OLÓRI ÀTI ÀWỌN OLÓRÍ

Tí o bá ń darí àwọn ẹlòmíràn ní ìrìn àjò yìí:
Iṣẹ́ rẹ kì í ṣe láti jọba.
Iṣẹ́ rẹ ni láti dáàbò bo iyàrá àti ojú ọjọ́.
• Àwòṣe òtítọ́
• Jẹ́ kí ìdákẹ́jẹ́ẹ́ dúró • Má ṣe yára kánkán ní àwọn àkókò tí kò rọrùn • Kọ́ láti yí ìrònú padà sí ìwàásù
Ìwé yìí ló ń ṣe àkójọpọ̀ ohun kikọ ṣáájú agbára.
Tí agbára bá pọ̀ sí i láìsí ìwà, ìbàjẹ́ yóò tẹ̀lé e.

OHUN TÍ ÌWÉ YÌÍ JẸ — ÀTI KÌ Í ṢE
Ìwé yìí ni:
• Ọnà ìkọ́ni tí a ṣètò
• Ohun èlò ìkọ́ni ọmọ-ẹ̀yìn • Ìjàkadì ìdúróṣinṣin • Ibùdó ìdánilẹ́kọ̀ọ́ fún ìfaradà
Ìwé yìí kìí ṣe:
• Ìwé ẹ̀kọ́ nípa ẹ̀sìn
• Ìfọkànsìn onímọ̀ọ́ràn • Ìkẹ́kọ̀ọ́ tó dá lórí ìwà ènìyàn • Ìran ẹ̀rí
A ṣe é láti fi àmì sílẹ̀ — kìí ṣe láti fi àwọn àmì sílẹ̀.

Ọ̀rọ̀ Ìkẹyìn
Yálà o rìn ní ìrìn àjò yìí nìkan tàbí ní àwùjọ, ẹrù iṣẹ́ kan náà ni:
A kò ní kí o fẹ́ràn ìtàn náà.
A ní kí o ṣe àyẹ̀wò ìdúróṣinṣin rẹ.
Ka díẹ̀díẹ̀.
Tọ́ràn sí ara rẹ. Tọ́jú ara rẹ dáadáa.
Ayé ń ka ìgbésí ayé rẹ.
Di ẹni tí a lè kà.

APÁ KẸRIN

ÌRÌNÀ ÌFẸRẸ ỌJỌ 40

A kọ́ ọ láti kojú iná - Ojúṣe Olùṣọ́

Àkòrí Watchman kì í ṣe èdè ewì.
Ojúṣe ni.
Esekieli 33:7 sọ̀rọ̀ nípa ẹni tí ó rí ewu tí ó sì gbọ́dọ̀ sọ̀rọ̀.
Iṣẹ́ ìránṣẹ́ Isa gbé ìran yìí kalẹ̀ gẹ́gẹ́ bí èyí tí àwọn àlùfáà ti kọ̀ láti ṣe àdéhùn, tí àwọn wòlíì ti yípadà, tí àwọn olórí ti ń ni lára, tí àwọn ènìyàn sì ti fi ìwà mímọ́ sílẹ̀.
Kì í ṣe lááàrín àwọn aṣáájú nìkan ni ìkùnà náà wà.
Láàrín àwọn olùṣọ́ ni wọ́n fi ipò wọn sílẹ̀.
Apá Kejì kì í ṣe ìgbóríyìn.
Ipò ni.
Fún ogójì ọjọ́, ìwọ yóò kọ́ ohun tí o lè ti gbàgbé.
O kò ní lépa ìmọ̀lára.
O ó lépa ètò.
O kò ní lépa ìrírí.
O ó ní ìfaradà.
O kò ní fara wé ìjà.
O ó máa mú ìdúróṣinṣin oníwà-bí-ọmọ-ọ̀dọ̀ dàgbà.
Èyí kì í ṣe nípa dídi ẹni tí ń pariwo.
Ó jẹ́ nípa dídúróṣinṣin.
Àwọn ogójì ọjọ́ tó tẹ̀lé e kì í ṣe àmì.
Wọ́n jẹ́ ayàwòrán ilé.
Apá kan tí mo fi hàn yín ni ẹ̀mí tí a fi iná ṣe.
Apá Kejì yóò ràn ọ́ lọ́wọ́ láti kọ́ ọ̀kan tí yóò dúró nígbà tí iná bá dé.
Yí ojú ìwé náà padà.

ỌJỌ KÍNÍ

Ìṣẹ̀dá Ṣáájú Iná

Itan Akopọ

Kí Isa tó rí ọrun.
Kí ó tó rí ọrun àpáàdì.
Kí ó tó rí iná láti ọrun.
Kí ó tó yege àwọn ibọn.
A dá a.
rẹ̀ kọ́ ilé kan sí ilé.
A máa ń gbàdúrà ní ọ̀nà tó tọ́. A kò lè fi gbogbo ara ṣe é.
Wọ́n fipá mú kí àwọn èèyàn máa ṣe ẹ̀sìn dáadáa.
Nígbà tí ó pé ọmọ ọdún márùn-ún, ààwẹ̀ ti bẹ̀rẹ̀.
Nígbà tí wọ́n bá ti dàgbà, àtúnsọ ti di àmì ìdámọ̀.
Nígbà tí ìṣòro dé, kò ṣe àṣìṣe kankan.
Ó ṣe àṣìṣe láti ìṣẹ̀dá.
Iná náà kò dá agbára sílẹ̀.
Ìṣẹ̀dá ṣe bẹ́ẹ̀.

Àwọn Ìdákọ̀rò Ìwé Mímọ́
Májẹ̀mú Láéláé
"Bí àwọn ìpìlẹ̀ bá wó lulẹ̀, kí ni olódodo lè ṣe?"
—Sáàmù 11:3
Iná ń tú ìpìlẹ̀ sílẹ̀.
Májẹ̀mú Tuntun
"Gbogbo ẹni tí ó bá gbọ́ ọ̀rọ̀ mi wọ̀nyí, tí ó sì ṣe wọ́n, yóò dàbí ọlọ́gbọ́n ọkùnrin kan tí ó kọ́ ilé rẹ̀ sí orí àpáta."
—Mátíù 7:24
A kọ́ ìfaradà kí ìjì tó dé.

Ẹkọ́
O kò ní dé ibi tí o fẹ́ dé.
O yoo ṣubu si ipele ti iṣeto rẹ.
Ìdásílẹ̀ ìṣáájú Isa mú kí àwọn ọmọ ogun lágbára sí i.
Lẹ́yìn náà, ìbáwí Kristẹni ní láti tún ètò rẹ̀ ṣe.

Ẹkọ́ náà fún ọ:
Ìgbàgbọ́ lásán máa ń wó lulẹ̀ lábẹ́ ìkìmọ́lẹ̀.
Ìgbàgbọ́ tí a bá ti kọ́ ní ìbáwí ló máa ń yege rẹ̀.
O ko le duro de idaamu lati kọ ipilẹ.

Àwọn Ìbéèrè Àròjinlẹ̀

1. Kí ni ìpìlẹ̀ ẹ̀mí mi tí mo kọ́ lọ́wọ́lọ́wọ́?
2. Tí inúnibíni tàbí ìfúngun bá dé, àwọn ìwà wo ló máa ràn mí lọ́wọ́?
3. Ǹjẹ́ àdúrà mi ní ìbáwí tàbí ti ìmọ̀lára?
4. Ṣé mo gbára lé àwọn ìpàdé ìjọ ju ìfọkànsìn ara ẹni lọ?
5. Ìṣètò ojoojúmọ́ wo ló ń darí ìdúróṣinṣin mi?

Kọ àwọn ìdáhùn rẹ.

Ìkéde

Dúró kí o sì kéde:
"Ìpìlẹ̀ mi kì yóò jẹ́ àìròtẹ́lẹ̀.
Èmi yóò kọ́lé kí ìjì tó dé. Ìdúróṣinṣin mi yóò wà ní ìṣètò.
Ìgbàgbọ́ mi kì yóò wó lulẹ̀ lábẹ́ ìkìmọ́lẹ̀."
Tún un ṣe díẹ̀díẹ̀.

Àdúrà Tí A Tọ́ka Sílẹ̀ (Ìṣẹ́jú 30)

1. Ìjọ́sìn (ìṣẹ́jú mẹ́wàá)
Jẹ́wọ́ Kristi gẹ́gẹ́ bí ìpìlẹ̀ rẹ.
2. Ìrònúpìwàdà (ìṣẹ́jú 10)
Jẹ́wọ́ àìdọ́gba nípa ti ẹ̀mí àti ọlẹ.
3. Ìbáṣepọ̀ (ìṣẹ́jú mẹ́wàá)
Béèrè lọ́wọ́ Ọlọ́run láti kọ́ ìbáwí sínú ìgbésí ayé rẹ ojoojúmọ́.

Àwọn Àkójọ Ìṣe

Lónìí, ìwọ yóò:

1. Yan àkókò àdúrà ojoojúmọ́ (ó kéré tán ìṣẹ́jú 20).
2. Yan Ihinrere kan lati ka nigbagbogbo fun ọgbọ̀n ọjọ.
3. Mú ìpínyà ọkàn kan tí ó ń sọ ìfọkànsí di aláìlera kúrò.
4. Kọ ìtòlẹ́sẹẹsẹ ẹ̀mí ara ẹni kí o sì fi ránṣẹ́ síta gbangba.

5. Sọ fún ẹnìkan pé o ń ṣe ìlérí fún ìdàgbàsókè onímọ̀ràn.

ỌJỌ KEJÌ

Agbára Ìparọ́rọ́ Tí Ó Yí Afẹ́fẹ́ Padà

Itan Akopọ

Ìyípadà àkọ́kọ́ nínú ìdílé kò pariwo rárá.
Kì í ṣe jagunjagun.
Kì í ṣe ìjà. Kò béèrè fún àyípadà lẹ́sẹ̀kẹsẹ̀.
Ìyá ni.
Kò jáde nílé.
Kò bẹ̀rẹ̀ ìjíròrò gbogbogbò. Kò fi ẹrù iṣẹ́ sílẹ̀.
Ó dúró síbẹ̀.
Nínú ilé ẹ̀sìn Islam tí a ṣètò dáadáa.
Ìdààmú inú. Ewu inú.
Ìyípadà rẹ̀ kò bẹ̀rẹ̀ pẹ̀lú àríyànjiyàn.
Ó bẹ̀rẹ̀ pẹ̀lú ìdúróṣinṣin.
Nígbà mìíràn, ìtàn kìí ṣe nípasẹ̀ agbára,
bí kò ṣe nípasẹ̀ ìfaradà dídákẹ́jẹ́ẹ́.

Àwọn Ìdákọ̀rò Ìwé Mímọ́
Májẹ̀mú Láéláé
"Ọgbọ́n ni a fi ń kọ́ ilé, òye sì ni a fi ń fìdí rẹ̀ múlẹ̀."
—Òwe 24:3
Kìí ṣe gbogbo ìpìlẹ̀ ni a fi agbára gbé kalẹ̀.
Àwọn kan ni a fi ìdúróṣinṣin gbé kalẹ̀.
Májẹ̀mú Tuntun
"Bẹ́ẹ̀ gẹ́gẹ́, ẹ̀yin aya, ẹ máa tẹrí ba fún àwọn ọkọ yín, kí àwọn kan tilẹ̀ má baà gbọ́ ọ̀rọ̀ náà, kí a lè jèrè wọn láìsí ọ̀rọ̀ kan nípasẹ̀ ìwà àwọn aya wọn."
—1 Pétérù 3:1
Àyípadà kì í sábà máa ń pọ̀ sí i.
A sábà máa ń rí i.

Ẹkọ́
Agbára kì í sábà máa ń kéde ara rẹ̀.
Nígbà mìíràn, ó máa ń pẹ́ títí.
Ìyá náà kò fipá mú kí wọ́n yí ẹ̀sìn padà.
Ó fi ìgbàgbọ́ rẹ̀ hàn.
Kò yọ ara rẹ̀ kúrò nínú ìṣòro.
Ó dúró nínú rẹ̀.
Ọpọ̀ àwọn onígbàgbọ́ gbàgbọ́ pé ìgbàlà ni ìgbàgbọ́.
Ṣùgbọ́n nígbà mìíràn, ìfaradà jẹ́ ìgbàgbọ́.
Ilé rẹ.
Ibi iṣẹ́ rẹ. Àyíká rẹ.
O le ma ṣakoso eto ti o wa ni ayika rẹ.
Ṣugbọn o ṣakoso iduroṣinṣin rẹ ninu rẹ.

Àwọn Ìbéèrè Àròjinlẹ̀

1. Níbo ni Ọlọ́run gbé mi sí tí mo nímọ̀lára ìkọlù tàbí gbígbẹ nípa ti ẹ̀mí?
2. Ǹjẹ́ mo ti gbìyànjú láti sá àsálà dípò kí n fara dà á?
3. Ṣé ìwà mi ń fi ìyípadà hàn?
4. Ǹjẹ́ ẹnìkan tí ń gbé pẹ̀lú mi yóò rí Kristi láìsí pé mo ń wàásù?
5. Ṣé mo máa ń ṣe déédéé nígbà tí a kò bá rí mi?

Kọ àwọn ìdáhùn rẹ sílẹ̀ díẹ̀díẹ̀.

Ìkéde
Sọ sókè:
"Èmi kò ní fi ipò mi sílẹ̀.
Ìdúróṣinṣin mi yóò sọ̀rọ̀. Ìwà mi yóò ṣe àfihàn Kristi. Èmi yóò fara dà á láìsí ìforígbárí."
Tún un ṣe pẹ̀lú ìmọ̀ọ́mọ̀.

Àdúrà Tí A Tọ́ka Sílẹ̀ (Ìṣẹ́jú 30)
1. Ìjọ́sìn (Ìṣẹ́jú 10)
Dúpẹ́ lọ́wọ́ Ọlọ́run fún àyíká tí Ó ti fi ọ́ sí.
2. Jọ̀wọ́ ara rẹ (Ìṣẹ́jú 10)
Tú ìjákulẹ̀ rẹ nípa àyíká tí ó ṣòro sílẹ̀.

3. Agbára (Ìṣẹ́jú 10)
Béèrè fún ìfaradà dídákẹ́jẹ́ẹ́ àti ìdánilójú tí ó dúró ṣinṣin.

Àwọn Àkójọ Ìṣe
Lónìí, ìwọ yóò:

1. Yan ibatan kan nibiti iwọ yoo ṣe apẹẹrẹ Kristi nipasẹ iwa, kii ṣe ariyanjiyan.
2. Yọ àṣà ìfàṣe kan kúrò (ìráhùn, ọ̀rọ̀ líle, àti yíyẹra fún).
3. Kọ gbólóhùn kan nípa ìdúróṣinṣin kí o sì fi sí ibi tí a lè rí i.
4. Gbadura fun ẹnikan ni pato ninu ayika rẹ ti ko ni ibamu pẹlu rẹ.
5. Fi ara rẹ fún jíjẹ́ olóòótọ́ níbi tí o bá wà fún ọjọ́ méje tó tẹ̀lé e láìsí ìfàsẹ́yìn.

ỌJỌ KẸTA

Ìdánilójú Tó La Idà Já

Itan Akopọ

Nígbà tí ìdánilójú yí padà láti ìfaradà ìdákẹ́jẹ́ẹ́ sí ìpolongo tí ó hàn gbangba, ìṣesí náà túbọ̀ le sí i.
Ọmọkùnrin kan yan ọ̀nà mìíràn.
Ìpinnu náà kì í ṣe ti èrò orí.
Ó jẹ́ ti gbogbo ènìyàn.
Ìdáhùn náà kò sì rọrùn rárá.
Wọ́n gbé idà sókè.
Iye owo iṣootọ di lẹsẹkẹsẹ.
A gba ìdálẹ́bi láàyè nígbà tí ó jẹ́ ti ara ẹni.
A máa ń tako rẹ̀ nígbà tí ó bá hàn gbangba.
Ìgbàgbọ́ tí ó bá dákẹ́ jẹ́ẹ́ sábà máa ń yẹra fún ìjà.
Ìgbàgbọ́ tí a bá mọ̀ sí ẹni tí ó ń fa àtakò.
Ìdúróṣinṣin máa ń ní àbájáde nígbà gbogbo.

Àwọn Ìdákọ̀rò Ìwé Mímọ́
Májẹ̀mú Láéláé
"Ẹ yan ẹni tí ẹ̀yin yóò máa sìn lónìí… ṣùgbọ́n ní tèmi àti ilé mi, Olúwa ni àwa yóò máa sìn."
—Jóṣúà 24:15.
Ìdúróṣinṣin gbogbogbòò nílò ìpinnu.
Májẹ̀mú Tuntun
"Ní tòótọ́, gbogbo àwọn tí ó fẹ́ gbé ìgbé-ayé ìwà-bí-Ọlọ́run nínú Kristi Jésù ni a ó ṣe inúnibíni sí."
—2 Tímótì 3:12.
Ìdánilójú kì í ṣe aláìdádúró.
Ó máa ń fa ìhùwàpadà.

Ẹkọ́
Gbogbo onígbàgbọ́ nígbẹ̀yìn gbẹ́yín yóò dojúkọ ìbéèrè yìí:

Ṣé ìdúróṣinṣin mi yóò wà ní ọkàn mi,
tàbí yóò hàn gbangba?
Nígbà tí ìdánilójú bá ti yí padà láti èrò sí ìpolongo,
ìfúnpá máa ń pọ̀ sí i.
Èyí kì í ṣe gbogbo ìgbà ló túmọ̀ sí ìwà ipá ti ara.
Ó lè túmọ̀ sí:

- Àtakò àwùjọ
- Pákáǹleke ìdílé
- Ààlà iṣẹ́
- Ìkọ̀sílẹ̀
- Àìlóye

Idà náà lè má jẹ́ irin.
Ṣugbọn yoo jẹ otitọ.
Ìdánilójú tí kò bá lè yege àtakò kò tíì fìdí múlẹ̀.

Àwọn Ìbéèrè Àròjinlẹ̀

1. Níbo ni mo ti pa ìgbàgbọ́ mi mọ́ láti yẹra fún àìbalẹ̀ ọkàn?
2. Àwọn ìbáṣepọ̀ wo ni yóò yípadà tí mo bá jẹ́ kí n mọ̀ nípa ìdúróṣinṣin mi pátápátá?
3. Ṣé mo ti múra sílẹ̀ fún àìlóye?
4. Ẹrù wo ló ń jẹ́ kí ìgbàgbọ́ mi fara pamọ́ díẹ̀?
5. Ṣé màá dúró ṣinṣin bí pákáǹleke bá pọ̀ sí i?

Dáhùn láìsí àṣejù nípa ti ẹ̀mí.

Ìkéde

Dúró kí o sì kéde:
"Ìdúróṣinṣin mi kì í ṣe ohun tí a fi sílẹ̀.
Èmi kì yóò dín ìgbàgbọ́ mi kù. Èmi yóò dúró ṣinṣin lábẹ́ ìkìmọ́lẹ̀. Mo yan Kristi ní gbangba láìsí ìforígbárí."
Sọ ó lọ́ra.

Àdúrà Tí A Tọ́ka Sílẹ̀ (Ìṣẹ́jú 30)

1. Ìjọ́sìn (Ìṣẹ́jú 10)

Gbà Kristi gẹ́gẹ́ bí Olúwa lórí orúkọ rere rẹ.

2. Ìgboyà (Ìṣẹ́jú 10)
Béèrè fún agbára láti dúró láìsí ìkóríìra àti láìsí ìbẹ̀rù.
3. Ààbò (Ìṣẹ́jú 10)
Gbàdúrà fún ọgbọ́n àti ìbòjú àtọ̀runwá lórí ìdúróṣinṣin tí a lè rí.

Àwọn Àkójọ Ìṣe
Lónìí, ìwọ yóò:

1. Ṣe idanimọ Kristi ni gbangba ni ọna kekere kan ṣugbọn ti a mọọmọ.
2. Má ṣe gbà ìfohùnṣọ̀kan kan tí ó lè sọ ìwà títọ́ di aláìlera.
3. Ṣe ìjíròrò òótọ́ kan tí o ti yẹra fún.
4. Ka Joṣua 24 sókè.
5. Gbàdúrà fún ìgboyà pàtó, kìí ṣe fún ìtùnú.

ỌJỌ KẸRIN

Nígbà tí Ọlọ́run bá já abẹfẹ́lẹ́ náà

Itan Akopọ

Idà náà jẹ́ òótọ́.
Èrò náà parí pátápátá.
Ìkọlù náà kì í ṣe àmì ìṣàpẹẹrẹ.
Síbẹ̀ abẹ náà kò balẹ̀.
Ohun tí ó yẹ kí ó parí ìgbésí ayé kò ṣe àṣeyọrí.
Àwọn àkókò kan wà ní ìgbésí ayé níbi tí a kò lè ṣe ìdásí.
Níbi tí àwọn ipò nǹkan ti lọ ju àlàyé ènìyàn lọ.
Níbi tí ìwàláàyè kò ti jẹ́ ètò.
Ìdádúró ni.
Kí ó tó juwọ́ sílẹ̀.
Kí ó tó di iṣẹ́ ìránṣẹ́. Kí ó tó di pé gbogbo ènìyàn ní ipa.
Ìpamọ́ wà níbẹ̀.
Nígbà mìíràn, Ọlọ́run máa ń dáàbò bò ọ́ kí o tó mọ ìdí rẹ̀.

Àwọn Ìdákọ̀rò Ìwé Mímọ́
Májẹ̀mú Láéláé
"Ohun ìjà tí a ṣe sí ọ kì yóò ṣe àṣeyọrí."
—Aísáyà 54:17
Àwọn ohun ìjà lè ṣẹ̀dá.
Wọn kì í sábà mú ète wọn ṣẹ.
Májẹ̀mú Tuntun
"Oluwa yoo gbà mi kuro ninu gbogbo ikọlu buburu, yoo si mu mi wa si ijọba ọrun rẹ̀ lailewu."
—2 Timoteu 4:18
Ìgbàlà kò mú ìkọlù kúrò.
Ó borí rẹ̀.

Ẹkọ́
Ìdásí kì í ṣe ẹ̀tọ́.
Àánú ni.
Ìpamọ́ kì í ṣe ẹ̀rí pípé.
Ó jẹ́ ẹ̀rí ète.
Àwọn ènìyàn kan túmọ̀ ìwàláàyè sí oríire.
Àwọn mìíràn túmọ̀ rẹ̀ sí àkókò.
Ṣùgbọ́n nígbà tí ohun kan tí ó fẹ́ pa ọ́ run bá kùnà,
ó nílò àtúnyẹ̀wò.
Bi ara rẹ pé:
Kí ló dé tí mo fi wà níbí?
O ti ye:

- Àwọn ìjàǹbá.
- Àìsàn.
- Ìṣubú owó.
- Ìparun ìmọ̀lára.
- Àwọn ipò tí ó yẹ kí ó parí lọ́nà ọ̀tọ̀ọ̀tọ̀.

Ìpamọ́ kì í ṣe ohun tí a kò lè ṣe láìṣeéṣe.
Ó ní ẹrù iṣẹ́.
Tí a bá pa ọ́ mọ́,
a ó pa ọ́ mọ́ fún nǹkan kan.

Àwọn Ìbéèrè Àròjinlẹ̀

1. ti rí ìpamọ́ ní ìgbésí ayé mi kedere?
2. Ṣé mo fi ọwọ́ kékeré mú ìwàláàyè?
3. Ǹjẹ́ mo ti béèrè ìdí tí Ọlọ́run fi dá mi sí?
4. Ṣé mo ń gbé ayé mi bí ẹni pé ìgbésí ayé mi ní ète?
5. Kí ló ti fẹ́rẹ̀ pa mí run tẹ́lẹ̀?

Kọ àwọn àkókò pàtó kan.

Ìkéde
Sọ sókè:
"A pa mí mọ́ fún ète kan.
Ìwàláàyè mi kì í ṣe àìròtẹ́lẹ̀.
Èmi kì yóò fi àánú Ọlọ́run ṣòfò.
Èmi yóò fi òótọ́ inú gbé ayé mi."
Tún un ṣe díẹ̀díẹ̀.

Àdúrà Tí A Tọ́ka Sílẹ̀ (Ìṣẹ́jú 30–35)

1. Ọpẹ́ (Ìṣẹ́jú 10)

Ẹ dúpẹ́ lọ́wọ́ Ọlọ́run fún àwọn àkókò pàtó tí a fi ń tọ́jú ara wa.

2. Jọ̀wọ́ ara rẹ (Ìṣẹ́jú 10)

Fi ọjọ́ iwájú rẹ fún Un ní ìmọ̀ọ́mọ̀.

3. Ìtòlẹ́sẹẹsẹ (Ìṣẹ́jú 10–15)

Beere fún àlàyé nípa iṣẹ́ rẹ.

Àwọn Àkójọ Ìṣe

Lóníí, ìwọ yóò:

1. Kọ àwọn àkókò pàtàkì mẹ́ta tí a ti pa ọ́ mọ́ sílẹ̀.
2. Pin ọkan ninu awọn ẹri wọnyẹn pẹlu ẹnikan.
3. Yọ ìwà kan tí ó ń tàbùkù sí ẹ̀bùn ìwàláàyè kúrò.
4. Gbadura Orin Dafidi 23 soke.
5. Fi apá kan nínú ìgbésí ayé rẹ sí ipò Ọlọ́run pátápátá.

ỌJỌ 5

Nígbà tí Òtítọ́ bá yọ ọ́ lẹ́nu

Itan Akopọ

Ó rí.
Wọ́n fi hàn án ní ọ̀run àpáàdì.
Ó mọ àwọn ojú.
Ó rí àwọn olùkọ́ ìsìn tí wọ́n bọ̀wọ̀ fún tí wọ́n wà nínú ìjìyà.
Ó rí ọ̀run.
Ó rí ìṣètò àti àlàáfíà.
Ó padà.
Kò sì juwọ́ sílẹ̀.
Òtítọ́ kì í sábà mú ìgbọràn lẹ́sẹ̀kẹsẹ̀ wá.
Nígbà mìírán ó máa ń fa ìdààmú.
Ìdààmú kì í ṣe ìyípadà.
Ìfarahàn ni.
O le ri ati ki o tun koju.
O le mọ ki o si tun da duro.
O le dojuko o ki o si tun le koko.
Àkókò kan wà níbi tí òtítọ́ dúró sí ẹnu ọ̀nà,
ìwọ yóò sì pinnu bóyá kí o ṣí i.

Àwọn Ìdákọ̀rò Ìwé Mímọ́
Májẹ̀mú Láéláé
"Fáráò mú ọkàn rẹ̀ le, kò sì fetí sí i."
—Ẹ́kísódù 8:15
Rírí àmì kò ṣe ìdánilójú pé a juwọ́ sílẹ̀.
Májẹ̀mú Tuntun
"Lónìí, bí ẹ bá gbọ́ ohùn rẹ̀, ẹ má ṣe sé ọkàn yín le."
—Heberu 3:15
Ìdádúró lè di àtakò.

Ẹkọ́

Ọpọ̀ àwọn onígbàgbọ́ ló rò pé àìmọ̀ ni ìṣòro wọn.
Lọ́pọ̀ ìgbà, kì í ṣe bẹ́ẹ̀.
Lọ́pọ̀ ìgbà, ìṣòro náà jẹ́ ìdádúró.
O ti mọ tẹlẹ:

- Ibi tí ìforígbárí bá wà.
- Níbi tí ìbáwí kò sí.
- Níbi tí ìdúróṣinṣin ti pín sí méjì.
- Níbi tí a ti nílò ìrònúpìwàdà.

Òtítọ́ ti da ọ láàmú tẹ́lẹ̀.
Ibeere naa ni:
Ṣé o ṣe nǹkan kan?
Ìdààmú ni àànú.
Ṣùgbọ́n a gbọ́dọ̀ dáhùn sí àànú.

Àwọn Ìbéèrè Àròjinlẹ̀

1. Òtítọ́ wo ni Ọlọ́run ti fi hàn mí tí mo fi ń dáwọ́ dúró láti ṣe nǹkan?
2. Nibo ni mo ti n tako atunṣe lọwọlọwọ?
3. Àṣà wo ni mo mọ̀ pé ó yẹ kí n yípadà ṣùgbọ́n tí mi ò tíì yanjú rẹ̀?
4. Ǹjẹ́ mo máa ń yára dáhùn padà sí ìgbàgbọ́ mi?
5. Ṣé mo ti di aláìlera nípa tẹ̀mí?

Dáhùn òótọ́.

Ìkéde

Sọ sókè:
"Èmi kì yóò tako òtítọ́.
Èmi kì yóò fa ìgbọ́ràn sẹ́yìn. Nígbà tí ìdánilójú bá dé, èmi yóò dáhùn. Ọkàn mi yóò máa rọ̀."
Tún un ṣe díẹ̀díẹ̀.

Àdúrà Tí A Túnṣe (Ìṣẹ́jú 30–40)

1. Ìjẹ́wọ́ (Ìṣẹ́jú 10)

Sọ àwọn agbègbè pàtó kan tí o ti tako ìdánilójú.

2. Rírọ̀ (Ìṣẹ́jú 10)

Bẹ̀bẹ̀ lọ́wọ́ Ọlọ́run láti mú kí ọkàn le.

3. Ìgbọràn (Ìṣẹ́jú 10–15)
Gbàdúrà fún ìgboyà láti gbé ìgbésẹ̀ lẹ́sẹ̀kẹsẹ̀ tí a bá dojúkọ ọ́.
Pari pẹlu:
"Lónìí mo yan ìgbọràn ju ìfàsẹ́yìn lọ."

Àwọn Àkójọ Ìṣe
Lónìí, ìwọ yóò:
1. Gbé ìgbésẹ̀ kan tí o ti fi sílẹ̀ nípa tẹ̀mí.
2. Tàbí kí o tọrọ àforíjì níbi tí o ti fi ìrònúpìwàdà dẹ́kun.
3. Yọ ìforígbárí kan tí a tún ṣe lẹ́ẹ̀kan síi kúrò.
4. Oúnjẹ kan kíákíá gẹ́gẹ́ bí àmì ìdáhùn.
5. Kọ agbègbè ìgbọ́ràn kan sílẹ̀ kí o sì parí rẹ̀ lónìí.

ỌJỌ KẸFÀ

Awọn Gbigbe Ifọkanbalẹ Ọjọ naa

Itan Akopọ

Lẹ́yìn ìdààmú.
Lẹ́yìn ìdènà.
Lẹ́yìn ìjàkadì.
Lẹ́yìn iná.
Lẹ́yìn ìwàláàyè.
Akoko kan wa ti ko mi i ni ita.
Ó ba a jẹ́ ní inú.
Ó ṣàpèjúwe rẹ̀ gẹ́gẹ́ bí ìrísí.
Ó rí Jésù.
Ó tún rí ọ̀run àpáàdì.
Ó tún rí ọ̀run.
Ṣùgbọ́n ní àkókò yìí, ohun kan tó yàtọ̀ ṣẹlẹ̀.
Kò padà wá láìyípadà.
Ó juwọ́ sílẹ̀.
Ní ọdún 1982, ìdúróṣinṣin ti yípadà.
Kò fi Jesu kún ètò ìgbàgbọ́ rẹ̀.
Kò ṣe àdéhùn ìdámọ̀.
Kò yí ẹ̀sìn Islam padà.
Ó gbé ìdúróṣinṣin rẹ̀.
Iyẹn ni ohun tí ìyípadà jẹ́ ní tòótọ́:
Gbigbe.

Àwọn Ìdákọ̀rò Ìwé Mímọ́
Májẹ̀mú Láéláé
"Yóò ti pẹ́ tó tí ẹ̀yin yóò fi máa ṣiyèméjì láàárín èrò méjì? Bí Olúwa bá ni Ọlọ́run, ẹ máa tọ̀ ọ́ lẹ́yìn; ṣùgbọ́n bí Báálì bá jẹ́, ẹ máa tọ̀ ọ́ lẹ́yìn."
—1 Àwọn Ọba 18:21
A kò le pín ìdúróṣinṣin láìlópin.

Májẹ̀mú Tuntun
"Nítorí tí ó ti gbà wá kúrò nínú ìjọba òkùnkùn, ó sì mú wa wá sínú ìjọba Ọmọ tí Ó fẹ́ràn."
—Kólósè 1:13
Ìgbàlà ni ìṣípòpadà.
Ìgbésẹ̀ ìṣàkóso ni.

Ẹkọ́
Ọpọ̀ àwọn onígbàgbọ́ ló ń gbóríyìn fún Jésù.
Ìdúróṣinṣin díẹ̀ ló wà .
Ìfẹ́ sọ pé:
"Mo gba."
Gbigbe sọ pé:
"Èmi ni."
Itumo gbigbe:

- Kristi borí ìbẹ̀rù.
- Kristi ju ẹ̀yà lọ.
- Kristi ju ìdámọ̀ àtijọ́ lọ.
- Kristi ju èrò-ọkàn lọ.
- Kristi ga ju iwalaaye lọ.

Títí tí ìfọkànsìn yóò fi yípadà,
ìṣètò náà yóò máa pín sí méjì.
O ko le sin oluwa meji.
O ko le duro ni ijọba meji.
Ọjọ́ kan wà tí ìpinnu yóò di ìparí.

Àwọn Ìbéèrè Àròjinlẹ̀

1. Ṣé mo ti yí ìdúróṣinṣin mi padà ní tòótọ́ ni, tàbí mo ti pínyà nípa ti ẹ̀mí?
2. Ìdúróṣinṣin tó ń díje wo ló ṣì ń darí mi?
3. Ṣé mo bẹ̀rù pé mo máa pàdánù nǹkan kan tí mo bá wọlé pátápátá?
4. Kí ni ìfọkànsìn pátápátá yóò ná mi?
5. Tí òní bá jẹ́ ọjọ́ ìyípadà mi, kí ló máa yípadà lẹ́sẹ̀kẹsẹ̀?

Kọ láìsí ìṣẹ́ ẹ̀mí.

Ìkéde
Dúró ní ti ara.
Sọ sókè:
"Mo gbé ìdúróṣinṣin mi sí Jesu Kristi pátápátá.
Òun ni Oluwa lórí ìdámọ̀ mi, ìgbà àtijọ́ mi, àti ọjọ́ iwájú mi.
Mo kọ ìdúróṣinṣin tí ó pín sí méjì sílẹ̀. Mo jẹ́ ti Kristi."
Tún un ṣe díẹ̀díẹ̀ àti ní mímọ̀.

Àdúrà Tí A Tọ́ka Sílẹ̀ (Ìṣẹ́jú 40)
1. Ìjọ́sìn (Ìṣẹ́jú 10)
Kéde ipò ọba Kristi lórí gbogbo agbègbè ìgbésí ayé rẹ.
2. Jíjẹ́wọ́ (Ìṣẹ́jú 10)
Fi ọ̀rọ̀ sọ pé o kò ní ìdúróṣinṣin tó o bá pàdé mọ́.
3. Jọ̀wọ́ ara rẹ (Iṣẹ́jú 10)
Fi ìdánimọ̀ rẹ, orúkọ rere rẹ, àti ọjọ́ iwájú rẹ hàn.
4. Májẹ̀mú (Ìṣẹ́jú 10)
Fi ìdúróṣinṣin rẹ hàn nínú ìdúróṣinṣin ẹnu.
Pari pẹlu:
"Ìdúróṣinṣin mi ti parí."

Àwọn Àkójọ Ìṣe
Lónìí, ìwọ yóò:

1. Kọ majẹmu ìdúróṣinṣin ojú ìwé kan kí o sì fọwọ́ sí i.
2. Pa ohun kan tàbí ìwà kan tí ó so mọ́ ìdúróṣinṣin tí a pín sí méjì run tàbí mú kúrò.
3. Fi ara rẹ hàn ní gbangba gẹ́gẹ́ bí ọmọlẹ́yìn Kristi ní ọ̀nà kan tí ó ṣe kedere.
4. Yára oúnjẹ kan gẹ́gẹ́ bí ìṣe ìfarabalẹ̀ ara.
5. Há Kólósè 1:13 sórí.

ỌJỌ 7

Nígbà tí ìfọkànsìn bá fa àwọn alátakò mọ́ra

Itan Akopọ

Jíjẹ́wọ́ kò mú ìtùnú wá.
Ó mú ìforígbárí wá.
Lẹ́yìn tí wọ́n ti gbé ìdúróṣinṣin wọn, àtakò náà le sí i.
Ó di àfojúsùn kan.
Eto kanna ti o ti n gbeja tẹlẹ ti samisi rẹ fun imukuro.
Wọ́n yin ibọn.
Wọ́n fi majele sí i.
Lílépa rẹ̀ tẹ̀lé ìjẹ́wọ́.
Ìyípadà kìí ṣe àsálà kúrò nínú ìjà.
Ẹnu ọ̀nà sí ọ̀nà mìíràn ni.
Ìfọkànsìn máa ń fi ọ́ hàn.

Àwọn Ìdákọ̀rò Ìwé Mímọ́
Májẹ̀mú Láéláé
"Nígbà náà ni Saulu bínú gidigidi… láti ọjọ́ náà lọ, Saulu sì ń wo Dafidi gidigidi."
—1 Samuẹli 18:8-9
Nígbà tí ojúrere bá yípadà, àwọn alátakò ń wò ó.
Májẹ̀mú Tuntun
"Bí ayé bá kórìíra yín, ẹ máa rántí pé èmi ni ó kọ́kọ́ kórìíra."
—Jòhánù 15:18
Àtakò kì í ṣe ẹ̀rí ìkùnà.
Ó jẹ́ ẹ̀rí ìbáṣepọ̀.

Ẹkọ́

Ọpọ̀ àwọn onígbàgbọ́ ló ń retí àlàáfíà lẹ́sẹ̀kẹsẹ̀ lẹ́yìn tí wọ́n bá ti juwọ́ sílẹ̀.
Ṣùgbọ́n ìdúróṣinṣin tún ìdúróṣinṣin ṣe.
Àti ìdúróṣinṣin tí a tún ṣe àtúnṣe máa ń fa ìhùwàpadà.
Àtakò lè má dàbí ìbọn.
Ó lè dà bí:

- Ìyàraẹniṣọ́tọ̀.
- Ìkọ̀sílẹ̀ díẹ̀díẹ̀.
- Pípàdánù àǹfààní.
- Ìfura.
- Ìbàjẹ́ orúkọ rere.

Tí o bá fi ìtùnú wọn òtítọ́,
o ó padà sẹ́yìn.
Tí o bá fi ìgbọràn wọn òtítọ́,
o ó fara dà á.
Àtakò ṣàlàyé ìdámọ̀.

Àwọn Ìbéèrè Àròjinlẹ̀

1. Kí ló yí padà ní ìgbésí ayé mi lẹ́yìn tí mo fi tọkàntọkàn ṣe ìfẹ́ Kristi?
2. Níbo ni mo ti ṣe àṣìṣe àtakò sí ìkùnà?
3. Ṣé mo máa ń fà sẹ́yìn nígbà tí mo bá ní ìṣòro?
4. Irú àtakò wo ló ń dẹ́rù bà mí jùlọ?
5. Ǹjẹ́ ó yà mí lẹ́nu nígbà tí ìgbọràn bá ná mi ní nǹkan kan?

Kọ pẹ̀lú ìṣeéṣe.

Ìkéde

Sọ sókè:
"Èmi kì yóò sá padà lábẹ́ àtakò.
Àtakò yóò mú mi gbọ́n, kì í ṣe yóò mú mi kúrò. Ìdúróṣinṣin mi kò sinmi lórí ìtùnú. Mo dúró ṣinṣin."
Tún un ṣe pẹ̀lú agbára.

Àdúrà Tí A Tọ́ka Sílẹ̀ (Ìṣẹ́jú 35)

1. Ìjọ́sìn (Ìṣẹ́jú 10)

Jẹ́wọ́ fún Kristi gẹ́gẹ́ bí Olúwa lórí àwọn ogun rẹ.

2. Agbára (Ìṣẹ́jú 10)

Gbàdúrà fún ìfaradà lábẹ́ àtakò.

3. Ààbò (Ìṣẹ́jú 10)

Béèrè fún ààbò àtọ̀runwá lórí ìgbésí ayé àti ìdílé rẹ.

4. Ìdúróṣinṣin (Ìṣẹ́jú 5)

Fi ara rẹ fún ìfaradà láìka àbájáde sí.
Ti sunmọ pẹlu:
"Mo dúró ṣinṣin."

Àwọn Àkójọ Ìṣe

Lónìí, ìwọ yóò:

1. Sọ ibi kan tí àtakò ti mú ọ ṣiyèméjì.
2. Tún fi ìgboyà kópa nínú agbègbè náà.
3. Fún ẹlòmíràn níṣìírí láti kojú àtakò.
4. Ka 1 Samuẹli 18 lọra.
5. Kọ́ ìpinnu kan tí ó dá lórí ìbẹ̀rù.

ỌJỌ KẸJỌ

Ti a pa mọ́ lábẹ́ iná

Itan Akopọ

Lẹ́yìn tí wọ́n juwọ́ sílẹ̀, àwọn ìkọlù náà pọ̀ sí i.
Àwọn ọta ibọn wọ inú ara rẹ̀.
Irin lu ori rẹ̀.
Ẹjẹ̀ ṣàn.
Wọ́n gbà pé ó ti kú.
Wọ́n fi majele sí i.
Ìlépa náà túbọ̀ lágbára sí i.
Wọ́n gbìyànjú mẹ́sàn-án.
Síbẹ̀, ó wà láàyè.
Ìpamọ́ kìí ṣe ìkọ̀sílẹ̀ ewu.
Ó jẹ́ ìdádúró ìparun.
Àwọn àkókò kan wà tí ìwàláàyè fúnra rẹ̀ yóò di ẹ̀rí.
Ibeere naa kii se pe:
"Kí ló dé tí wọ́n fi kọlù mí?"
Sugbon pelu:
"Kí ló dé tí mo fi wà níbí?"

Àwọn Ìdákọ̀rò Ìwé Mímọ́
Májẹ̀mú Láéláé
"Ọpọ̀lọpọ̀ ni ìpọ́njú olódodo; ṣùgbọ́n OLÚWA gbà á kúrò nínú gbogbo wọn."
—Sáàmù 34:19
Ìpọ́njú kì í sọ òdodo di òfo.
Ìdáǹdè ń fi ìdí múlẹ̀.
Májẹ̀mú Tuntun
"A ń há wa gágá ní gbogbo ìhà, ṣùgbọ́n a kò wó wa lulẹ̀; a dààmú wa, ṣùgbọ́n kì í ṣe nínú àìnírètí; a ń ṣe inúnibíni sí wa, ṣùgbọ́n a kò kọ̀ wá sílẹ̀; a lù wá palẹ̀, ṣùgbọ́n a kò pa wá run."
—2 Kọ́ríńtì 4:8-9.

Lílù lulẹ̀ kì í ṣe ohun kan náà pẹ̀lú ìparun.

Ẹkọ́

Àwọn èniyàn kan la àwọn nǹkan tó yẹ kí wọ́n paré.
Àwọn ìjàǹbá.
Àwọn ìkọlù. Àìsàn. Ìṣubú owó. Ìparé ọpọlọ.
O si wa nihin.
Ìpamọ́ ni ojuse.
Tí Ọlọ́run bá pa ọ́ mọ́,
ó pa ọ́ mọ́ fún ohun kan.
Ìwàláàyè láìsí ète di òfo.
Ìwàláàyè pẹ̀lú ète di iṣẹ́ àkànṣe.
O gbọ́dọ̀ pinnu èyí tí ìgbésí ayé rẹ yóò di.

Àwọn Ìbéèrè Àròjinlẹ̀

1. Kí ni mo ti yege tí mi ò sábà máa ń gbà?
2. Ṣé mo máa ń tọ́jú ìtọ́jú láìsí ìṣòro?
3. Ète wo ni Ọlọ́run lè fi dáàbò bò mí?
4. Ǹjẹ́ mo ti ń gbé ìgbésí ayé mi ní ìmòye láti ìgbà tí mo ti ń tọ́jú rẹ̀?
5. Kí ni yóò yípadà tí mo bá gbàgbọ́ pé ìwàláàyè mi jẹ́ iṣẹ́ àyànfúnni?

Kọ awọn iṣẹlẹ pataki kan.

Ìkéde

Dúró kí o sì kéde:
"A pa mí mọ́ fún ète kan.
Ohun tí ó yẹ kí ó pa mí run kò ṣe bẹ́ẹ̀. Èmi kò ní fi ìwàláàyè mi ṣòfò. Ìgbésí ayé mi ní iṣẹ́ àyànfúnni."
Tún un ṣe pẹ̀lú ìmọ̀ọ́mọ̀.

Àdúrà Tí A Tọ́ka Sílẹ̀ (Ìṣẹ́jú 35–40)

1. Ọpẹ́ (Ìṣẹ́jú 10)

Ẹ dúpẹ́ lọ́wọ́ Ọlọ́run fún àwọn àkókò pàtó tí a pamọ́.

2. Ìrònúpìwàdà (Ìṣẹ́jú 10)
Jẹ́wọ́ níbi tí o ti fi ìwàláàyè ṣòfò.
3. Ìtòlẹ́sẹẹsẹ (Ìṣẹ́jú 10–15)
Béèrè fún òye àti ìgboyà láti rìn ní ète.
4. Ìfọkànsìn (Ìṣẹ́jú 5)
Fi ẹ̀mí rẹ tí o ti pa mọ́ lé Ọlọ́run lọ́wọ́.
Ti sunmọ pẹlu:
"Mo mọ̀ọ́mọ̀ gbé ayé mi."

Àwọn Àkójọ Ìṣe

Lónìí, ìwọ yóò:

1. Kọ àwọn àkókò ìpamọ́ mẹ́ta nínú ìgbésí ayé rẹ sílẹ̀.
2. Pin ẹ̀rí kan pẹlu ẹnikan.
3. Yọ ìwà kan tí ó ń tàbùkù sí ẹ̀bùn ìwàláàyè kúrò.
4. Gbadura Orin Dafidi 34 soke.
5. Gbé ìgbésẹ̀ kan sí ìgbọràn tí ó ní ète.

ỌJỌ KẸSÀN

Ìdúróṣinṣin Láìsí Ìkéde

Itan Akopọ

Lẹ́yìn tí wọ́n juwọ́ sílẹ̀, ojú ríran di ewu.
Kìí ṣe fún un nìkan —
ṣùgbọ́n fún àwọn tí ó yí i ká.
Ó ṣàpèjúwe ìgbésí ayé "láàárín."
Àwọn ọ̀rẹ́ àtijọ́ kà á sí ọ̀dàlẹ̀.
Àwọn onígbàgbọ́ tuntun ń ṣọ́ ọ pẹ̀lú ìṣọ́ra.
Ìbáṣepọ̀ pẹ̀lú rẹ̀ lè mú ìkọlù wá.
Kò lè gbéra sókè rárá.
Ó ní láti gbéra pẹ̀lú ọgbọ́n.
Nínú ọ̀pọ̀lọpọ̀ àyíká tí ó burú, àwọn kan tí wọ́n ti yí padà kì í ṣí lọ síbòmíràn lẹ́sẹ̀kẹsẹ̀.
Wọ́n máa ń wà nínú ìdílé wọn.
Nínú àwùjọ wọn. Nígbà mìíràn, wọ́n máa ń wà nínú àwọn ilé mọ́sálásí níta.
Ṣùgbọ́n ní ti inú, ìdúróṣinṣin ti yípadà.
Jíjẹ́ ọmọ-ẹ̀yìn tí a fi pamọ́ kì í ṣe ìkọ̀sílẹ̀.
Ó jẹ́ ètò.
Kìí ṣe gbogbo àkókò ló máa ń gba ìpolongo ní gbangba láìsí àbájáde.
Ọgbọ́n kì í ṣe ìbẹ̀rù.
Ìtọ́jú ni.

Àwọn Ìdákọ̀rò Ìwé Mímọ́
Májẹ̀mú Láéláé

"Naamani wí pé... nígbà tí ọ̀gá mi bá lọ sí tẹ́ḿpìlì Rimmoni láti jọ́sìn níbẹ̀... kí Olúwa dáríjì ìránṣẹ́ rẹ nínú ǹǹkan yìí."
—2 Àwọn Ọba 5:18
Ìdúróṣinṣin ti yípadà kí àyíká tó ṣe bẹ́ẹ̀.

Májẹ̀mú Tuntun

"Ọkùnrin kan wà lára àwọn Farisí tí orúkọ rẹ̀ ń jẹ́ Nikodemu... ẹni tí ó tọ Jesu wá ní òru."
—Johannu 3:1-2
Àwọn ọmọ-ẹ̀yìn kan bẹ̀rẹ̀ ní ìkọ̀kọ̀ kí wọ́n tó dúró ní gbangba.

Ẹkọ́

Òtítọ́ kì í sábà rí bí ohun ìyanu.
Àwọn àkókò kan wà tí ọgbọ́n ń béèrè fún ọgbọ́n.
Ète náà kì í ṣe ohun tí a lè rí.
Ìdúróṣinṣin ni ohun tí a lè ṣe.
Àwọn onígbàgbọ́ kan máa ń da ariwo pọ̀ mọ́ ìgboyà.
Àwọn mìíràn máa ń da ìdákẹ́jẹ́ẹ́ pọ̀ mọ́ ìfọwọ́sowọ́pọ̀.
Ìyàtọ̀ náà ni ìdí.
Ṣé o dákẹ́ nítorí ìbẹ̀rù —
tàbí ìgbọràn onímọ̀ràn?
Ṣé o fara pamọ́ láti yẹra fún ìjìyà —
tàbí láti pa iṣẹ́ àyànmọ́ mọ́?
Nígbà míìrán, Ọlọ́run máa ń ṣiṣẹ́ lábẹ́ ilẹ̀ kí ó tó mú ọ lọ sí òkè ilẹ̀.

Àwọn Ìbéèrè Àròjinlẹ̀

1. Ṣé mo fi ìgbàgbọ́ mi pamọ́ kúrò nínú ìbẹ̀rù — tàbí mo ń lo ọgbọ́n?
2. Nibo ni mo nilo lati ni igboya diẹ sii?
3. Nibo ni mo nilo lati jẹ ogbon diẹ sii?
4. Ṣé mo ti ṣe àṣìṣe ìdákẹ́jẹ́ẹ́ gẹ́gẹ́ bí ìforígbárí?
5. Ǹjẹ́ ìdúróṣinṣin mi nínú ara mi dúró ṣinṣin kódà nígbà tí a kò bá rí i?

Dáhùn dáadáa.

Ìkéde

Sọ sókè:

"Ìdúróṣinṣin mi dájú, yálà a rí mi tàbí a kò rí mi.
Èmi yóò gbé pẹ̀lú ọgbọ́n. Èmi kì yóò sẹ́ Kristi. Èmi kì yóò hùwà òmùgọ̀. Ìdúróṣinṣin mi ti parí."
Tún un ṣe pẹ̀lú ìmọ̀ọ́mọ̀.

Àdúrà Tí A Tọ́ka Sílẹ̀ (Ìṣẹ́jú 35)

1. Ìjọ́sìn (Ìṣẹ́jú 10)

Bọ̀wọ̀ fún Kristi gẹ́gẹ́ bí Olúwa lórí ìgbésí ayé rẹ ní gbangba àti ní ìkọ̀kọ̀.

2. Ìmòye (Ìṣẹ́jú 10)

Béèrè fún ọgbọ́n láti mọ ìgbà tí ó yẹ kí o sọ̀rọ̀ àti ìgbà tí ó yẹ kí o dúró.

3. Ìgboyà (Ìṣẹ́jú 10)

Gbàdúrà fún ìgboyà nígbà tí àkókò fún ìríran bá dé.

4. Ààbò (Ìṣẹ́jú 5)

Fi ara rẹ àti àwọn ẹlòmíràn sí ìbòjú àtọ̀runwá.
Ti sunmọ pẹlu:
"Sọ mí di ọlọ́gbọ́n àti olóòótọ́."

Àwọn Àkójọ Ìṣe

Lónìí, ìwọ yóò:

1. Dá ibi kan tí o nílò ìgboyà mọ̀.
2. Ṣe àfihàn agbègbè kan tí o nílò ìdènà.
3. Gbadura mimo fun awon onigbagbo ni awon agbegbe ti o korira.
4. Ka 2 Ọba 5 àti Johannu 3 lọ́ra.
5. Yan ìgbọràn dípò ìfẹ́ ọkàn.

ỌJỌ KẸWÀÁ

Tí Àgàbàgebè bá mú kí o fẹ́ yí padà

Itan Akopọ

Inúnibíni kò fẹ́rẹ̀ẹ́ pa á run.
Àwọn ibọn kò ṣe bẹ́ẹ̀.
Májèlé kò ṣe bẹ́ẹ̀.
Ó fẹ́rẹ̀ẹ́ jẹ́ pé àgàbàgebè ló ṣẹlẹ̀.
Lẹ́yìn ìfọ́wọ́sí.
Lẹ́yìn ìyókù. Lẹ́yìn tí iṣẹ́ ìránṣẹ́ bẹ̀rẹ̀.
Ó wọ inú àwọn ibi ìsìn Kristẹni.
Ó retí ìbáwí.
Ó retí ìwà títọ́. Ó retí ìṣe tí ó bá ìwàásù mu.
Dípò bẹ́ẹ̀, ó rí àìbáramu.
Ó rí àwọn aṣáájú tí wọ́n ń wàásù ohun tí wọn kò gbé.
Ó rí iṣẹ́ ẹ̀mí láìsí ohun tó ní ìtumọ̀. Ó rí ìpele méjì.
Ó ti sọ kedere pé: àkókò kan wà tí ó fẹ́rẹ̀ padà sí ẹ̀sìn Islam — kìí ṣe nítorí pé ẹ̀sìn Islam tún yí i lérò padà, ṣùgbọ́n nítorí pé àgàbàgebè inú ẹ̀sìn Kristẹni kórìra rẹ̀.
Kì í ṣe láti òde ni wọ́n ti ń fiyà náà.
Ó wá láti inú.
Iyẹn lewu ju.

Àwọn Ìdákọ̀rò Ìwé Mímọ́
Májẹ̀mú Láéláé
"Ègbé ni fún àwọn olùṣọ́-àgùntàn tí wọ́n ń pa àwọn àgùntàn pápá oko mi run tí wọ́n sì ń fọ́n wọn ká!"
- Jeremiah 23:1
Àìní ìdarí ba ìgbàgbọ́ jẹ́.
Májẹ̀mú Tuntun

"Ègbé ni fún yín, ẹ̀yin olùkọ́ òfin àti àwọn Farisí, ẹ̀yin àgàbàgebè!"
—Mátíù 23:27
Àgàbàgebè máa ń ba àjọṣepọ̀ jẹ́.

Ẹkọ́

Ọpọ̀lọpọ̀ àwọn onígbàgbọ́ ló lè yege inúnibíni.
Àwọn díẹ̀ ló máa ń la ìjákulẹ̀ já.
Àtakò láti òde ń fún ìpinnu lágbára sí i.
Àgàbàgebè inú máa ń sọ ìgbẹ́kẹ̀lé di aláìlágbára.
Tí o bá kọ́ ìgbàgbọ́ rẹ lé àwọn ènìyàn,
àwọn ènìyàn yóò da ìdúróṣinṣin rẹ rú.
Tí o bá kọ́ ìgbàgbọ́ rẹ lé orí Kristi,
àwọn ènìyàn kò lè fà ọ́ tu.
Àìkùnà àwọn ẹlòmíràn kò fagilé òtítọ́.
Àìbáramu àwọn aṣáájú kò sọ Kristi di aláìlágbára.
O gbọdọ̀ pinnu:
Ṣé àgàbàgebè yóò di àwáwí rẹ —
tàbí àtúnṣe rẹ?

Àwọn Ìbéèrè Àròjinlẹ̀

1. Ǹjẹ́ àìbáramu ẹnìkan ti sọ ìgbàgbọ́ mi di aláìlágbára?
2. Ǹjẹ́ mo ti fi ìkọ̀kọ̀ dá àdéhùn mi láre nítorí àwọn ẹlòmíràn?
3. Ṣé ìdúróṣinṣin mi sí Kristi ni — tàbí sí àwọn ènìyàn?
4. Ibo ni mo ti n wa lati fi ara mi silẹ nitori ibanujẹ?
5. Ṣé mo ń kópa nínú àgàbàgebè tí mò ń ṣe àríwísí?

Dáhùn láìsí ìgbèjà.

Ìkéde

Sọ sókè:
"Ìgbàgbọ́ mi dúró nínú Kristi, kìí ṣe nínú ènìyàn.
Àìṣeéṣe àwọn ẹlòmíràn kò ní túmọ̀ sí ìgbọràn mi.
Mo kọ àgàbàgebè nínú ìgbésí ayé mi.
Mo dúró ṣinṣin."
Tún un ṣe díẹ̀díẹ̀.

Àdúrà Tí A Tọ́ka Sílẹ̀ (Ìṣẹ́jú 40)
1. Ìjọ́sìn (Ìṣẹ́jú 10)
Fi ìgbàgbọ́ rẹ lé Kristi nìkan.
2. Tu silẹ (Iṣẹju 10)
Dariji awọn ti aiṣedeede wọn ṣe ọ lara.
3. Ìwẹ̀nùmọ́ (Ìṣẹ́jú 10–15)
Béèrè lọ́wọ́ Ọlọ́run láti mú ìwà àgàbàgebè kúrò nínú ìgbésí ayé rẹ.
4. Yanjú (Iṣẹ́jú 5)
Fi ara rẹ fún ìwà rere ara ẹni.
Ti sunmọ pẹlu:
"Èmi yóò gbé ohun tí mo kéde."

Àwọn Àkójọ Ìṣe
Lónìí, ìwọ yóò:

1. Dáríjì ẹnìkan tí àìgbọ́ràn rẹ̀ mú ọ gbọgbẹ́.
2. Ṣe àfihàn agbègbè kan tí ìṣe rẹ gbọ́dọ̀ bá ìwàásù rẹ mu.
3. Ka Mátíù 23 dáadáa.
4. Yọ ìlànà méjì kan kúrò nínú ìgbésí ayé rẹ.
5. Mu ìfọkànsìn rẹ lágbára síi — tí àwọn ẹlòmíràn kò rí.

ỌJỌ KỌKỌLỌGỌ

"A ti Rìn Jù Jù"

Itan Akopọ

Ìṣẹ́jú kan lẹ́yìn ìyípadà rẹ̀.
Lẹ́yìn tí iṣẹ́ ìránṣẹ́ bẹ̀rẹ̀.
Lẹ́yìn ìwàásù. Lẹ́yìn èso tí a lè rí.
Ìjákulẹ̀ bẹ̀rẹ̀.
Ó rí àgàbàgebè.
Ó rí àìbáramu. Ó rí ìlànà méjì nípa ẹ̀mí.
Ati ni inu, o ṣe ipinnu kan.
Ó máa padà wá.
Ó ti pinnu lọ́kàn rẹ̀ pé ìhìn tí òun fẹ́ wàásù ni yóò jẹ́ ìkẹ́yìn rẹ̀.
Lẹ́yìn náà, yóò padà sí ẹ̀sìn Islam.
Ó ti parí èrò sí pé ó kéré tán ohun tí ó fi sílẹ̀ jẹ́ ti ìwà rere.
Ohun tó wọ̀ nímọ̀lára pé ó ti bàjẹ́.
Lẹ́yìn náà, ó ṣí ilẹ̀kùn yàrá hótẹ́ẹ̀lì rẹ̀.
Ó sì sọ pé Jésù dúró níbẹ̀.
Ó ṣàpèjúwe bí agbára ṣe ń bàjẹ́.
Ó sì sọ àwọn ọ̀rọ̀ náà ní kedere:
"A ti lọ jìnnà jù. Ó ti pẹ́ jù láti padà."
Àkókò yẹn kì í ṣe nípa ìgbàlà.
Ó jẹ́ nípa ìfaradà.
Kì í ṣe nípa ìyípadà.
Nípa ìfaramọ́.
Àwọn àkókò kan wà tí pípadà sẹ́yìn bá dà bí ohun tó bọ́gbọ́n mu.
Ọrun sì dá a dúró.

Àwọn Ìdákọ̀rò Ìwé Mímọ́
Májẹ̀mú Láéláé

"Ẹ rántí aya Lọ́ọ̀tì."
— Lúùkù 17:32 (tí a tọ́ka sí Jẹ́nẹ́sísì 19)
Wíwo ẹ̀yìn lè pa àyànmọ́ run.

Májẹ̀mú Tuntun

"Kò sí ẹni tí ó bá fi ọwọ́ rẹ̀ lé ohun ìtúlẹ̀ tí ó sì bojú wo ẹ̀yìn tí ó yẹ fún iṣẹ́ ìsìn ní ìjọba Ọlọ́run."
—Lúùkù 9:62
Ilọsiwaju nilo kiko lati pada sẹhin.

Ẹkọ́

Ìfàsẹ́yìn ẹ̀mí kìí sábà bẹ̀rẹ̀ ní gbangba.
Ó bẹ̀rẹ̀ ní ìkọ̀kọ̀.
O pinnu ninu ara rẹ ṣaaju ki o to kede ni ita.
Ìjákulẹ̀ lágbára.
Bẹ́ẹ̀ náà ni ìjákulẹ̀.
Ṣùgbọ́n yíyọ kúrò nínú iṣẹ́ náà léwu.
O le ma fi igbagbọ silẹ ni ara rẹ.
Ṣùgbọ́n o lè padà sẹ́yìn pẹ̀lú agbára.
Nínú ìbáwí. Nínú ìfọkànsìn. Nínú òtítọ́.
Àwọn àkókò kan wà tí Ọlọ́run gbọ́dọ̀ kojú ìpinnu rẹ láti yípadà.
Nígbà tí Ó bá sì ṣe bẹ́ẹ̀, o gbọ́dọ̀ dáhùn.
Àkókò kan wà tí lílọ sí ẹ̀yìn kìí ṣe àṣàyàn mọ́.
Nítorí pé a ti fi òtítọ́ hàn.
Nítorí pé wọ́n ti kéde ìyọ̀nda ara wọn.
Nítorí pé a ti gbé ìdúróṣinṣin náà.
O ko le mọ ohun ti o mọ.
O ko le ri ohun ti o ti ri.

Àwọn Ìbéèrè Àròjinlẹ̀

1. Ibo ni mo ti ronú nípa sísá padà sípò nípa tẹ̀mí?
2. Ìjákulẹ̀ wo ló fa ìrònú yẹn?
3. Ṣé mo ti dín ìbáwí mi kù ní ìdákẹ́jẹ́ẹ́?
4. Agbègbè ìgbọràn wo ni mo fẹ́ yí padà?
5. Tí Jésù bá dúró níwájú mi lónìí, kí ló máa dojú kọ?

Dáhùn òótọ́.

Ìkéde
Dúró kí o sì kéde:
"Ó ti pẹ́ jù fún mi láti padà sẹ́yìn.
Ìdúróṣinṣin mi ti parí. Ìjákulẹ̀ kò ní ba májẹ̀mú mi jẹ́. Èmi yóò parí ohun tí mo bẹ̀rẹ̀."
Tún un ṣe dáadáa.

Àdúrà Tí A Tọ́ka Sílẹ̀ (Ìṣẹ́jú 40)
1. Ìjọ́sìn (Ìṣẹ́jú 10)
Jẹ́wọ́ fún Kristi gẹ́gẹ́ bí Olúwa lórí ìgbà àtijọ́ àti ọjọ́ iwájú rẹ.
2. Ìrònúpìwàdà (Ìṣẹ́jú 10)
Jẹ́wọ́ ìpinnu èyíkéyìí nínú ara rẹ láti yípadà.
3. Àtúnṣe ìdúróṣinṣin (Ìṣẹ́jú 10–15)
Sọ àdéhùn rẹ di tuntun.
4. Agbára (Ìṣẹ́jú 5–10)
Gbàdúrà fún ìfaradà lábẹ́ ìjákulẹ̀.
Ti sunmọ pẹlu:
"Mo pari daradara."

Àwọn Àkójọ Ìṣe
Lónìí, ìwọ yóò:

1. Da agbegbe kan ti o ti rin kiri ni idakẹjẹ mọ.
2. Dá ìbáwí yẹn padà lẹ́sẹ̀kẹsẹ̀.
3. Mú ipa kan tí ó lè fa ìrẹ̀wẹ̀sì kúrò.
4. Ka Luku 9:57–62 laiyara.
5. Sọ ìdúróṣinṣin rẹ sókè lẹ́ẹ̀kan síi kí o tó sùn.

ỌJỌ 12

Gba Ifiranṣẹ Rẹ

Itan Akopọ

Bàbá kan wà.
A ṣètò rẹ̀.
A kọ́ ọ ní ẹ̀kọ́. Agbára. A kò ní àdéhùn.
Ìyá kan wà níbẹ̀.
A yípadà. Ó
dákẹ́ jẹ́ẹ́. Ó ní ìfaradà. Ó dúró ṣinṣin nínú pákáǹleke.
Arákùnrin kan wà.
A dá a lẹ́bi.
Gbogbo ènìyàn. A fojú sí. A pa á mọ́.
Isa wà níbẹ̀.
Ajagun.
Ìdààmú. Ìkojú. Gbégbè.
Ìtàn náà kì í ṣe nípa ọkùnrin kan ṣoṣo.
Ó jẹ́ nípa àwọn ipò.
Olúkúlùkù ènìyàn dúró síbì kan.
Bàbá náà dúró fún àṣẹ — kódà nígbà tí àṣẹ náà kò bá tọ́.
Ìyá náà dúró fún ìdánilójú — láìkọ ẹrù iṣẹ́ sílẹ̀. Arákùnrin náà dúró ní gbangba — ó sì dojú kọ abẹ náà.
Isa dúró pẹ̀lú ìjà — lẹ́yìn náà ó juwọ́ sílẹ̀ nígbà tó yá.
Ìdílé náà pínyà — ṣùgbọ́n wọ́n ṣì ní ìsopọ̀.
Gbogbo eniyan ni o ni ifiweranṣẹ kan.
Kò sí ẹni tí ó dá dúró.
Ibeere naa kii se boya o ni ipa lori.
Ibeere naa ni boya o duro ni ipo ti a yan fun ọ.

Àwọn Ìdákọ̀rò Ìwé Mímọ́
Májẹ̀mú Láéláé

"Mo wá ẹnìkan láàrin wọn tí yóò kọ́ ògiri náà, tí yóò sì dúró níwájú mi ní ibi tí ó ya lulẹ̀ fún ilẹ̀ náà…"
(Esekieli 22:30)
Ọlọ́run ń wá àwọn ènìyàn tí wọ́n fẹ́ dúró.

Májẹ̀mú Tuntun

" Nítorí náà, ẹ gbé gbogbo ìhámọ́ra Ọlọ́run, kí ẹ lè dúró ní ọjọ́ ibi, lẹ́yìn tí ẹ bá ti ṣe gbogbo ohun tí ẹ fẹ́ ṣe, kí ẹ sì dúró."
Éfésù 6:13
Ìtọ́ni náà rọrùn:
Dúró.

Ẹkọ́

Ní gbogbo àyíká — ìdílé, ibi iṣẹ́, ìjọ, orílẹ̀-èdè — àwọn ipò wà.
Àwọn kan ń kọ́.
Àwọn kan ń fara dà. Àwọn kan ń dojúkọ. Àwọn kan ń pa mọ́.
Bàbá náà gbàgbọ́ pé òun ń dáàbò bo òtítọ́.
Ìyá náà gbàgbọ́ pé òun ń pa òtítọ́ mọ́. Arákùnrin náà yàn láti kéde òtítọ́. Isa ní láti pinnu ipò tí òun yóò gbé.
Dídúró jẹ́ owó púpọ̀.
Ṣùgbọ́n ìfàsẹ́yìn jẹ́ ìparun.
Tí àwọn olùṣọ́ bá fi ipò wọn sílẹ̀,
ètò ìṣiṣẹ́ yóò wó lulẹ̀.
Tí àwọn òbí bá fi iṣẹ́ wọn sílẹ̀,
ilé wọn á bàjẹ́.
Tí àwọn onígbàgbọ́ bá fi iṣẹ́ wọn sílẹ̀,
àdéhùn náà yóò tàn kálẹ̀.
Àṣẹ Olùṣọ́ kìí ṣe fún àwọn oníwàásù nìkan.
Ó jẹ́ fún gbogbo onígbàgbọ́.
O ni ifiweranṣẹ kan.
Ṣé o ti dá a mọ̀?

Àwọn Ìbéèrè Àròjinlẹ̀

1. Kí ni ìwé tí mo fi ránṣẹ́ lọ́wọ́lọ́wọ́ — nínú ìdílé mi, ní ìjọ mi, ní ibi iṣẹ́ mi?
2. Ṣé mo dúró ní ipò yẹn pẹ̀lú òtítọ́?

3. Níbo ni mo ti fi iṣẹ́ mi sílẹ̀ ní ti ìmọ̀lára tàbí nípa ti ẹ̀mí?
4. Tí mo bá parẹ́ kúrò nínú ìfiwéránṣẹ́ mi, kí ló máa ń jẹ́ kí n rẹ̀wẹ̀sì?
5. Àìfaradà wo ni mo gbọ́dọ̀ fara dà kí n lè dúró síbi tí Ọlọ́run gbé mi sí?

Dáhùn dáadáa.

Ìkéde

Dúró kí o sì kéde:

"Mi ò ní fi ipò mi sílẹ̀.

Mo máa dúró níbi tí Ọlọ́run ti gbé mi sí. Mi ò ní rìn lábẹ́ ìkìmọ́lẹ̀. Mo máa ṣe iṣẹ́ mi pẹ̀lú òtítọ́."

Tún un ṣe pẹ̀lú ìmọ̀ọ́mọ̀.

Àdúrà Tí A Tọ́ka Sílẹ̀ (Ìṣẹ́jú 40)

1. Ìjọ́sìn (Ìṣẹ́jú 10)

Bọ̀wọ̀ fún Ọlọ́run gẹ́gẹ́ bí Ẹni tí ó ń yan àwọn ipò.

2. Ìtọ̀lẹ́sẹẹsẹ (Ìṣẹ́jú 10)

Beere fún àlàyé nípa ìfiránṣẹ́ rẹ.

3. Agbára (Ìṣẹ́jú 10–15)

Gbàdúrà fún ìfaradà láti dúró níbi tí a pè ọ́ sí.

4. Àdúrà (Ìṣẹ́jú 5)

Gbàdúrà fún àwọn mẹ́ḿbà ìdílé rẹ — àwọn onígbàgbọ́ àti àwọn aláìgbàgbọ́.

Ti sunmọ pẹlu:

"Ṣe mí ní olùṣọ́ olóòótọ́."

Àwọn Àkójọ Ìṣe

Lónìí, ìwọ yóò:

1. Kọ gbogbo ojuse rẹ silẹ.
2. Ṣe àfihàn agbègbè kan tí o gbọ́dọ̀ mú kí ìbáwí lágbára sí i.
3. Ní ìjíròrò kan ṣoṣo láàárín ìdílé rẹ nípa ìtọ́sọ́nà tẹ̀mí.
4. Gbadura pataki fun awọn ọmọ ẹgbẹ ẹbi ti o yapa.
5. Má ṣe ohun kan tó lè sọ agbára rẹ di aláìlágbára.

ỌJỌ KẸTALÁ

Jíjẹun ní Tábìlì Kan náà

Itan Akopọ

Kì í ṣe gbogbo ìdílé ló yí ẹ̀sìn wọn padà.
Àwọn kan ṣì jẹ́ Mùsùlùmí.
Àwọn kan di Kristẹni.
Ilé tí wọ́n ti jọ ń lo orin ìsìn kan tẹ̀lẹ̀ ní méjì báyìí.
Síbẹ̀—
Wọ́n sì tún jọ jẹun papọ̀.
Àlàyé yìí lágbára gan-an.
Ìdánilójú yípadà.
Ìdúróṣinṣin yípadà. Ìgbàgbọ́ pín sí méjì.
Ṣùgbọ́n ìbáṣepọ̀ náà kò wó lulẹ̀ pátápátá.
Nínú ọ̀pọ̀lọpọ̀ àyíká, ìyípadà máa ń fa ìfọ́ títí láé.
Nínú ọ̀ràn yìí, ìforígbárí wà — ṣùgbọ́n ìsopọ̀ náà kò sí níbẹ̀.
Èyí ni ìdàgbàsókè.
Ìdúróṣinṣin yípadà.
Ṣùgbọ́n ìkórìíra kò gba ipò rẹ̀.
Ìgbàgbọ́ kò di ìwà ìkà.
Òtítọ́ kò di ọ̀tá.
Wọ́n pín oúnjẹ.
Ati pe ounjẹ jẹ pataki.
Àwọn tábìlì dúró fún ìbáṣepọ̀.
Wíwọlé.Ìjíròrò.Iyì ènìyàn.
O le tako ara rẹ gidigidi — ki o si tun fi ọwọ fun ẹnikan.

Àwọn Ìdákọ̀rò Ìwé Mímọ́
Májẹ̀mú Láéláé
"Bí ó bá ṣeé ṣe, bí ó bá ti jẹ́ pé ọwọ́ yín ni ẹ wà, ẹ máa gbé ní àlàáfíà pẹ̀lú gbogbo ènìyàn."
— (Ìlànà tí a gbé kalẹ̀ nínú ìwé Òwe; tí a gbé kalẹ̀ nínú àṣà ọgbọ́n OT)

Àlàáfíà kì í ṣe ìfọ́wọ́sí.
Ìbáwí ni.

Májẹ̀mú Tuntun

"Bí ó bá ṣeé ṣe, níwọ̀n bí ó bá ti jẹ́ pé ọwọ́ yín ni ó wà, ẹ máa wà ní àlàáfíà pẹ̀lú gbogbo ènìyàn."
—Róòmù 12:18.
Kì í ṣe ìforígbárí.
Àlàáfíà.

Ẹkọ́

Àwọn onígbàgbọ́ kan máa ń da ìyàsọ́tọ̀ pọ̀ mọ́ ìwà mímọ́.
Àwọn mìíràn máa ń da ìfọwọ́sowọ́pọ̀ pọ̀ mọ́ àlàáfíà.
Ṣugbọn ọna kẹta wa:
Ìdálẹ́bi láìsí ìtakora.
O le:

- Di òtítọ́ mú ṣinṣin.
- Kọ́ ìforígbárí.
- Dúró nínú ìbáṣepọ̀.
- Fi ọlá hàn.
- Ṣe ààlà.

Tábìlì náà kì í ṣe ìfọwọ́sowọ́pọ̀.
Ènìyàn ni.
Tí Kristi bá bá àwọn ẹlẹ́ṣẹ̀ jẹun láì gbà pé ó jẹ́ ẹ̀ṣẹ̀,
o lè jókòó síbi tábìlì láì fi ìdánilójú sílẹ̀.
Àwọn ilé tí ó pínyà gbọ́dọ̀ ní ìdàgbàsókè nípa tẹ̀mí.
O le ma yi gbogbo eniyan pada.
Ṣùgbọ́n o lè pinnu bí o ṣe ń hùwà.

Àwọn Ìbéèrè Àròjinlẹ̀

1. Ǹjẹ́ mo ti da ìdánilójú pọ̀ mọ́ ìwà ipá?
2. Ǹjẹ́ mo ti fi àjọṣepọ̀ sílẹ̀ láìnídìí?
3. Nibo ni mo nilo awọn aala ilera?
4. Ṣé mo lè di òtítọ́ mú láìsí ìkórìíra?

5. Ǹjẹ́ ẹnìkan wà tí mo nílò láti tún bá sọ̀rọ̀ nípa ìbáṣepọ̀?

Dáhùn òótọ́.

Ìkéde

Sọ sókè:

"Ìdánilójú mi kò ní fa ìkórìíra.
Èmi yóò dúró ṣinṣin láìsí ìkórìíra. Èmi yóò máa hùwà sí àwọn ẹlòmíràn pẹ̀lú ọlá. Òtítọ́ àti ìfẹ́ yóò wà láàyè nínú ìgbésí ayé mi."

Tún un ṣe díẹ̀díẹ̀.

Àdúrà Tí A Tọ́ka Sílẹ̀ (Ìṣẹ́jú 35)

1. Ìjọ́sìn (Ìṣẹ́jú 10)

Bọ̀wọ̀ fún Kristi gẹ́gẹ́ bí Ọmọ-aládé Àlàáfíà.

2. Ààbẹ̀ (Ìṣẹ́jú 10)

Gbàdúrà fún àwọn mẹ́ḿbà ìdílé tí wọ́n pínyà.

3. Ọgbọ́n (Ìṣẹ́jú 10)

Béèrè fún ìdàgbàsókè nínú bíbójútó ààrẹ̀.

4. Ààbò (Ìṣẹ́jú 5)

Gbàdúrà fún ìṣọ̀kan láìsí ìforígbárí.

Ti sunmọ pẹlu:

"Kọ́ mi láti dúró kí n sì nífẹ̀ẹ́."

Àwọn Àkójọ Ìṣe

Lónìí, ìwọ yóò:

1. Tọ́wọ́ tẹ ẹnìkan tí o kò fara mọ́ pẹ̀lú ọ̀wọ̀.
2. Yẹra fún àríyànjiyàn kan tí kò pọndandan.
3. Ṣe àṣàrò fífetísílẹ̀ kí o tó dáhùn.
4. Gbadura Romu 12 sókè.
5. Yan alaafia nibiti o ba ṣeeṣe.

ỌJỌ 14

Nígbà tí Aláṣẹ Kò bá Ní Ìfihàn

Itan Akopọ

Bàbá kan wà.
A ti ṣètò.
A ti kọ́. A ṣe pàtàkì nípa ìgbàgbọ́.
Kò tọ́ àwọn ọmọ tí kò ní ìlera dàgbà.
Ó tọ́ àwọn ọmọ tí wọ́n ní ìbáwí dàgbà.
Wọ́n fipá mú kí àdúrà máa lọ.
Àwọn ìlànà ìsìn dúró ṣinṣin. Wọ́n bọ̀wọ̀ fún ìlànà.
Ó gbàgbọ́ pé òun ń dáàbòbò òtítọ́.
Ó gbàgbọ́ pé òun ń ṣọ́ ilé òun. Ó gbàgbọ́ pé òun ń pa ogún mọ́.
Nígbà tí ìyípadà wọ ilé náà, ó fèsì gidigidi.
Fún un, ìdàrúdàpọ̀ ni.
Fún un, àbùkù ni. Fún un, ìṣọ̀tẹ̀ ni.
Idà tí a gbé sókè ní ilé náà kì í ṣe ìbínú lásán.
Ó jẹ́ ìdánilójú láìsí ìfihàn.
Ó ní ìṣètò.
Ṣùgbọ́n kò ní ìmọ́lẹ̀.
Ó ní àṣẹ.
Ṣùgbọ́n kò ní àyípadà kankan.
Àti pé àṣẹ láìsí ìfihàn lè di ewu.

Àwọn Ìdákọ̀rọ̀ Ìwé Mímọ́
Májẹ̀mú Láéláé
"Ọnà kan wà tí ó dàbí ẹni pé ó tọ́ lójú ènìyàn, ṣùgbọ́n òpin rẹ̀ ni ọ̀nà ikú."
—Òwe 14:12
Òtítọ́ kì í ṣe dọ́gba pẹ̀lú ìtọ́sọ́nà.
Májẹ̀mú Tuntun
"Nítorí mo jẹ́rìí wọn pé wọ́n ní ìtara fún Ọlọ́run, ṣùgbọ́n kì í ṣe gẹ́gẹ́ bí ìmọ̀."
—Róòmù 10:2
Ìtara láìsí ìfihàn máa ń darí agbára.

Ẹkọ́
Ọjọ́ yìí kì í ṣe nípa dídá àwọn baba lẹ́bi.
Ó jẹ́ nípa òye ipa.
Bàbá inú ìtàn náà kò fi ara rẹ̀ hàn rárá.
Ó ṣe pàtàkì.
Ṣùgbọ́n ìjẹ́pàtàkì láìsí ìṣípayá lè ba nǹkan jẹ́.
Ìṣètò náà lágbára.
Ìbáwí ń ṣe àfihàn ẹni.
Aṣẹ ni o n da awọn ọkan silẹ.
Ṣùgbọ́n tí ìpìlẹ̀ náà bá jẹ́ àṣìṣe,
ìṣẹ̀dá náà yóò di ohun ìparun.
Àwọn bàbá ń ṣe àgbékalẹ̀ ipa ọ̀nà.
Àwọn olórí ń ṣe àkóso ìtọ́sọ́nà.
Àwọn aláṣẹ gbọ́dọ̀ ṣàyẹ̀wò:
Ǹjẹ́ ìgbàgbọ́ mi ti fìdí múlẹ̀ nínú ìfihàn —
tàbí àṣà àtọwọ́dọ́wọ́ tí a jogún?
Ṣé àṣẹ mi ń kọ́ ìgbésí ayé —
tàbí gbígbàgbé ara mi?
Ṣé ìbáwí mi ń mú òdodo wá —
tàbí ìbẹ̀rù?
Aṣẹ kì í ṣe aládàáni.
Ó ń sọ ohun tí ó ní di púpọ̀.

Àwọn Ìbéèrè Àròjinlẹ̀

1. Níbo ni mo ti le gba àṣẹ ní ìgbésí ayé ẹnìkan?
2. Ṣé òtítọ́ ni mo fi ń darí ìtọ́sọ́nà mi tàbí ìgbéraga?
3. Ǹjẹ́ mo ti gbèjà àṣà ju ìṣípayá lọ?
4. Ṣé ìbáwí mi ń kọ́ ìfẹ́ tàbí ìbẹ̀rù?
5. Àwọn ìgbàgbọ́ wo ni mi ò tíì ṣe àyẹ̀wò jinlẹ̀ rí?

Dáhùn láìsí ìgbèjà.

Ìkéde
Sọ sókè:
"Èmi yóò wá ìfihàn, kìí ṣe àṣà nìkan.
Aláṣẹ mi yóò ṣàfihàn òtítọ́. Ìbáwí mi yóò mú ìyè wá. Èmi kò kọ ìtara afọ́jú sílẹ̀. Èmi yóò lépa ìmọ́lẹ̀."

Tún un ṣe pẹ̀lú ìmọ̀ọ́mọ̀.

Àdúrà Tí A Tọ́ka Sílẹ̀ (Ìṣẹ́jú 40)

1. Ìjọ́sìn (Ìṣẹ́jú 10)

Bọ̀wọ̀ fún Ọlọ́run gẹ́gẹ́ bí aláṣẹ tó ga jùlọ.

2. Ìronúpìwàdà (Ìṣẹ́jú 10)

Jẹ́wọ́ ìgbéraga tàbí àṣà tí a kò tíì dán wò.

3. Ìmọ́lẹ̀ (Ìṣẹ́jú 10–15)

Béèrè fún ìfihàn àti òye.

4. Ìtúnṣe (Ìṣẹ́jú 5–10)

Fi agbára rẹ lé òtítọ́ Ọlọ́run.

Ti sunmọ pẹlu:

"Jẹ́ kí ìtọ́sọ́nà mi gbòòrò sí ìmọ́lẹ̀."

Àwọn Àkójọ Ìṣe

Lónìí, ìwọ yóò:

1. Ṣe àyẹ̀wò ìgbàgbọ́ kan tí o jogún láìsí ìbéèrè.
2. Kọ́ ẹ̀kọ́ Ìwé Mímọ́ kan jinlẹ̀ dípò gbígbẹ́kẹ̀lé àbá.
3. Tàbí kí o tọrọ àforíjì bí àṣẹ rẹ bá ti pa ẹnikan lára.
4. Gbadura fun awọn baba ati awọn olori.
5. Fi ara rẹ fún ṣíṣe atọ́nà pẹ̀lú òtítọ́ àti ìrẹ̀lẹ̀.

ỌJỌ KẸẸDÁNLỌGỌN

Agbára Ìdánilójú Ìdákẹ́jẹ́ẹ́

Itan Akopọ

Òun ni ẹni àkọ́kọ́ tó yípadà.
Kì í ṣe àwọn ọmọ rẹ̀.
Kì í ṣe oníwàásù gbogbogbò.
Òun.
Nínú ilé ẹ̀sìn Islam tí a ṣètò.
Lábẹ́ ọkọ tí ó ní ìbáwí. Nínú àyíká ìsìn tí kò gbà ìyàtọ̀.
Kò fi ìgbéyàwó sílẹ̀.
Kò fi ilé sílẹ̀. Kò gbẹ̀san.
Ó dúró síbẹ̀.
Ó gbàdúrà.
Ó fara dà á. Ó gba wàhálà mọ́ra.
Ìyípadà rẹ̀ kò pọ̀ rárá.
Ó hàn gbangba.
Àwọn ọmọ rẹ̀ ń wò ó.
Ọkọ rẹ̀ dáhùn. Ilé rẹ̀ ṣí lọ.
Ṣùgbọ́n ó dúró.
Ìtàn sábà máa ń tẹnu mọ́ oníwàásù tí a lè rí.
Ṣùgbọ́n ọrun sábà máa ń ṣe àmì fún alágbàwí tí a fi pamọ́.
Kí gbogbo ènìyàn tó fi ara wọn sílẹ̀,
àdúrà ìkọ̀kọ̀ ni wọ́n ń gbà.

Àwọn Ìdákọ̀rò Ìwé Mímọ́
Májẹ̀mú Láéláé

"Hanna ń sọ̀rọ̀ ní ọkàn rẹ̀; ètè rẹ̀ nìkan ni ó ń mì, ṣùgbọ́n a kò gbọ́ ohùn rẹ̀."
—1 Samuẹli 1:13
Àdúrà ìdákẹ́jẹ́ lè yí ìran padà.
Májẹ̀mú Tuntun
"Àdúrà olódodo tí ó gbéṣẹ́ àti tí ó gbóná janjan ń ṣe ọ̀pọ̀lọpọ̀ àǹfààní."
—Jákọ́bù 5:16
Àbẹ̀bẹ̀ ń gbé àwọn ohun tí a kò rí kalẹ̀.

Ẹkọ́
Kìí ṣe gbogbo agbára ló máa ń pọ̀.
Díẹ̀ lára àwọn ìṣíkiri ẹ̀mí tó lágbára jùlọ bẹ̀rẹ̀ pẹ̀lú ẹnìkan tó kọ̀ láti kọ àdúrà sílẹ̀.
Ìyá náà kì í jiyàn lórí ẹ̀kọ́ ìsìn lójoojúmọ́.
Ó fi ìdánilójú hàn.
Kò fipá mú ìyípadà.
Ó gbé e.
Agbára rẹ̀ jẹ́ ìdúróṣinṣin.
Ọ̀pọ̀lọpọ̀ àwọn onígbàgbọ́ ló fẹ́ kí a ní ipa tó hàn gbangba.
Àwọn díẹ̀ ló fẹ́ láti fara da ìfaradà láìsí ìdákẹ́jẹ́ẹ́.
Àdúrà kì í ṣe àìlera.
Ó jẹ́ ogun.
Ìfaradà kì í ṣe ìfaradà.
Agbára tí a bá ṣàkóso ni.
Tí ó bá ti fi ìbínú fèsì,
ilé náà ìbá ti wó lulẹ̀ títí láé.
Dípò bẹ́ẹ̀, ó fara dà á lọ́nà ọgbọ́n.

Àwọn Ìbéèrè Àròjinlẹ̀

1. Níbo ni Ọlọ́run ti pè mí láti fara dà á dípò àsálà?
2. Ǹjẹ́ àdúrà mi dúró ṣinṣin tàbí ó ń ṣe àtúnṣe?
3. Ǹjẹ́ mo máa ń fi àwọn àyíká tó le koko sílẹ̀ kíákíá?
4. Ǹjẹ́ mo ti fojú kéré agbára ìṣòtítọ́ ìdákẹ́jẹ́ẹ́?
5. Ipa wo ni ibamu iran mi le ni?

Dáhùn lọ́ra.

Ìkéde
Sọ sókè:
"Ìdúróṣinṣin mi lágbára.
Àdúrà mi kò ṣòfò. Èmi yóò fara dà á láìsí ìbínú. Èmi yóò ní ipa láìsí agbára. Ìgbàgbọ́ mi yóò dúró ṣinṣin."
Tún un ṣe pẹ̀lú ìrọ̀rùn.

Àdúrà Tí A Tọ́ka Sílẹ̀ (Ìṣẹ́jú 40)
1. Ìjọ́sìn (Ìṣẹ́jú 10)
Bọ̀wọ̀ fún Ọlọ́run gẹ́gẹ́ bí Ẹni tí ó ń ríran ní ìkọ̀kọ̀.
2. Àdúrà (Ìṣẹ́jú 15)
Gbàdúrà fún ìdílé rẹ àti àwọn ìran tí ń bọ̀.
3. Agbára (Ìṣẹ́jú 10)
Béèrè fún ìfaradà ní àwọn àyè líle.
4. Jọ̀wọ́ ara rẹ (Ìṣẹ́jú 5)
Tú sùúrù àti ìjákulẹ̀ sílẹ̀.
Ti sunmọ pẹlu:
"Mú mi lágbára nínú ìṣòtítọ́ ìdákẹ́jẹ́ẹ́."

Àwọn Àkójọ Ìṣe
Lónìí, ìwọ yóò:
1. Ya ogun iṣẹju adura ti ko ni wahala fun idile re.
2. Yọ ìwà ìhùwàpadà kan kúrò nílé rẹ.
3. Kọ orúkọ àwọn ènìyàn tí ìwọ yóò máa gbàdúrà fún lójoojúmọ́ sílẹ̀.
4. Yan ìṣe rere kan ninu wahala.
5. Ṣe ìlérí fún ọjọ́ méje ti ìbẹ̀bẹ̀ déédéé.

ỌJỌ 16

Nígbà tí Ìdálẹ̀bi bá ná ọ ní owó àkọ́kọ́

Itan Akopọ

Kí Isa tó fi ara rẹ̀ sílẹ̀ ní gbangba, ẹ̀gbọ́n rẹ̀ ti kọjá ààlà náà.
Wọ́n mẹ́nu ba orúkọ rẹ̀.
Wọ́n rí i dájú pé ó dúró. Ìdánilójú rẹ̀ kò fara sin.
Nígbà tí ó kéde ìgbàgbọ́ rẹ̀, wàhálà náà bẹ́ sílẹ̀.
Kì í ṣe ọ̀rọ̀ ẹnu nìkan ni wọ́n fi ṣe ìdáhùn náà.
Wọ́n gbé idà sókè.
Wọ́n fẹ́ pa àwọn ènìyàn.
Èyí kì í ṣe ìbínú ìṣàpẹẹrẹ.
Ìṣe pàtàkì ni.
Ṣugbọn ikọlu naa ko de opin rara.
Wọ́n gbé e kúrò níbẹ̀ lọ sí ibòmíràn tó wà nítòsí kí abẹ́ náà tó dé ọ̀dọ̀ rẹ̀.
Ó jẹ́rìí lẹ́yìn náà pé wọ́n gbé òun sípò ní ọ̀nà àdánidá.
Àkókò yẹn yí ohun gbogbo padà.
Ìdánilójú ló fa ìwà ipá.
Ìpamọ́ fi ìdí hàn.
Kò kú.
Kò jáwọ́ nínú ọ̀rọ̀ rẹ̀.
Kò sá padà sẹ́yìn.
Ní ọdún díẹ̀ lẹ́yìn náà, ó di olórí iṣẹ́ ìránṣẹ́.
Ẹni tí ó fẹ́rẹ̀ pa nítorí ìyípadà di olùṣọ́-àgùntàn.
Ìdálẹ́bi àkọ́kọ́.
Lẹ́yìn náà ìhalẹ̀. Lẹ́yìn náà ìpamọ́. Lẹ́yìn náà pípè.

Àwọn Ìdákọ̀rọ̀ Ìwé Mímọ́
Májẹ̀mú Láéláé
"Nígbà tí wọ́n sọ ọ́ sínú iná… iná náà kò pa ara wọn lára."
— Dáníẹ́lì 3:27
Ìpamọ́ jẹ́rìí sí iṣẹ́ àyànfúnni.
Májẹ̀mú Tuntun
"Wọ́n pè wọ́n, wọ́n sì pàṣẹ fún wọn pé kí wọ́n má sọ̀rọ̀ rárá… ṣùgbọ́n Pétérù àti Jòhánù dáhùn pé, 'Àwa kò lè dẹ́kun

ọ̀rọ̀ sísọ.'"
— Ìṣe 4:18–20
Ìdánilójú sọ̀rọ̀ kódà lábẹ́ ewu.

Ẹkọ́
Ẹnìkan nínú gbogbo ìdílé ló jẹ́ àkọ́kọ́.
Àkọ́kọ́ láti dúró.
Àkọ́kọ́ láti sọ̀rọ̀. Àkọ́kọ́ láti gba ìṣesí náà.
Èkíní sábà máa ń ní ìṣòro tó pọ̀ jù.
Ṣùgbọ́n wọ́n tún ń wó ìdènà fún àwọn ẹlòmíràn.
Iduro rẹ̀ ṣáájú ìfọkànsìn Isa.
Ìpamọ́ rẹ̀ di ẹlẹ́rìí ìdákẹ́jẹ́ẹ́.
Ìgboyà rẹ lè ṣètò ọ̀nà fún ìyípadà ẹlòmíràn.
Tí ó bá ti fà sẹ́yìn,
ẹ̀rù ìbá ti pọ̀ sí i.
Tí ó bá ti jáwọ́ nínú ọ̀rọ̀ rẹ̀,
àṣẹ ìbá ti lágbára sí i lòdì sí òtítọ́.
Ṣugbọn o duro.
Ìdánilójú gbogbogbòò jẹ́ owó púpọ̀.
Ṣùgbọ́n ó jẹ́ àkóbá.

Àwọn Ìbéèrè Àròjinlẹ̀

1. Ǹjẹ́ mo fẹ́ jẹ́ ẹni àkọ́kọ́ nínú ìgbọràn?
2. Níbo ni mo ti yẹra fún ìdánilójú tí ó hàn gbangba?
3. Ṣé ìdákẹ́jẹ́ mi ti dín ìgboyà ẹlòmíràn kù?
4. Ẹrù wo ló ń dá mi dúró láti dúró ní gbangba?
5. Tí ìpamọ́ bá tẹ̀lé ìgbọràn, kí ni Ọlọ́run lè máa dáàbò bò nínú mi?

Dáhùn òótọ́.

Ìkéde
Sọ sókè:
"Èmi yóò dúró bí mo tilẹ̀ dúró ní àkọ́kọ́.
Èmi kì yóò sá fún ewu. Ìgbọ́ràn mi ń pèsè ọ̀nà sílẹ̀ fún àwọn ẹlòmíràn. Ọlọ́run ń pa ohun tí Ó yàn mọ́."
Tún un ṣe dáadáa.

Àdúrà Tí A Tọ́ka Sílẹ̀ (Ìṣẹ́jú 40)
1. Ìjọ́sìn (Ìṣẹ́jú 10)
Bọ̀wọ̀ fún Ọlọ́run gẹ́gẹ́ bí Olùdáàbòbò àti Olùgbékalẹ̀.
2. Ìgboyà (Ìṣẹ́jú 10–15)
Béèrè fún agbára láti dúró ní gbangba.
3. Ààbò (Ìṣẹ́jú 10)
Gbàdúrà fún ìbòjú àtọ̀runwá lórí ìgbọ́ràn tí a lè rí.
4. Ààbẹ̀ (Ìṣẹ́jú 5)
Gbàdúrà fún ẹnìkan tí ó nílò ìgboyà.
Ti sunmọ pẹlu:
"Mo dúró láìbẹ̀rù."

Àwọn Àkójọ Ìṣe
Lónìí, ìwọ yóò:

1. Ṣe àfihàn agbègbè kan tí o gbọ́dọ̀ fi àpẹẹrẹ ṣe amọ̀nà rẹ̀.
2. Gbé ìgbésẹ̀ ìgbọràn kan tí ó hàn gbangba.
3. Fún ẹnìkan tí ó ń ṣiyèméjì láti dúró ní ìṣírí.
4. Ka Daniẹli 3 lọra.
5. Má ṣe dákẹ́ tí ìbẹ̀rù ń fà.

ỌJỌ 17

Nígbà tí Ìfihàn Kò Tó

Itan Akopọ

Ní Maiduguri, ohun kan ṣẹlẹ̀ tí kò bá àlàyé déédé mu.
Ó ṣàpèjúwe bí wọ́n ṣe mú un — tí a fi hàn án ní ọ̀run àpáàdì.
Ó dá àwọn ènìyàn mọ̀.
Kì í ṣe àwọn ọ̀daràn.
Kì í ṣe àlejò.
Àwọn olùkọ́.
Àwọn ọ̀mọ̀wé ẹ̀sìn Islam.
Àwọn ọkùnrin tí a bọ̀wọ̀ fún.
Àwọn ọkùnrin tí ó ti bu ọlá fún.
Àwọn ọkùnrin tí ó gbàgbọ́ jẹ́ olódodo.
Ó rí ìjìyà.
Lẹ́yìn náà ó rí ọ̀run.
Àṣẹ.
Ìmọ́lẹ̀. Àlàáfíà.
Ó padà láti ibi tí wọ́n ti pàdé náà pẹ̀lú ìwárìrì.
Ṣùgbọ́n kò juwọ́ sílẹ̀.
Ìfihàn da á láàmú.
Kò tíì yí i padà.
Iyẹn jẹ́ ọ̀kan lára àwọn òtítọ́ tó ṣe pàtàkì jùlọ nínú gbogbo ìtàn náà.
O le ri otito nipa ti emi —
ki o si tun tako.
O le pade ifihan atọrunwa -
ki o si tun fa idaduro igboran.
Alaye ko ṣe idaniloju iyipada.

Àwọn Ìdákọ̀rò Ìwé Mímọ́

Májẹ̀mú Láéláé
"Balaamu rí angẹli Oluwa tí ó dúró ní ojú ọ̀nà... síbẹ̀ ọkàn rẹ̀ gbéra sí èrè."
—Númérì 22:31–32 (Ìtumọ̀ ọ̀rọ̀ náà)
Rírí kì í yí ìfẹ́ ọkàn padà nígbà gbogbo.
Májẹ̀mú Tuntun
"Bí Jésù tilẹ̀ ṣe ọ̀pọ̀lọpọ̀ iṣẹ́ àmì níwájú wọn, síbẹ̀ wọn kò gbà á gbọ́."
—Jòhánù 12:37
Iṣẹ́ ìyanu kì í borí ìfẹ́ ọkàn líle.

Ẹkọ́
Ọpọ̀ ènìyàn ló ń béèrè fún ìṣípayá.
Àwọn díẹ̀ ló máa ń dáhùn sí i.
O le sọ pe:
"Ká ní mo rí ohun alágbára kan ni, ì bá ti yípadà."
Ṣùgbọ́n ọkàn jinlẹ̀ ju ìrírí lọ.
Ìfihàn tú àṣírí.
Ìfẹ́ náà pinnu.
O le ti mọ tẹlẹ:

- Àbájáde ìforígbárí.
- Iye owo ẹṣẹ.
- Ìjẹ́ kíákíá ìgbọràn.
- Òtítọ́ ayéraye.

Ṣùgbọ́n ìmọ̀ láìsí ìfarabalẹ̀ di ẹrù.
Àayè tó léwu wà láàárín ìfarahàn àti ìgbọràn.
Bí o bá ṣe pẹ́ tó níbẹ̀,
bẹ́ẹ̀ náà ni ìfọkànsìn yóò ṣe le sí i.

Àwọn Ìbéèrè Àròjinlẹ̀

1. Àwọn òtítọ́ wo nípa ayéraye ni mo ti gbọ́ tí mi ò sì ṣe ìgbésẹ̀ lé lórí?
2. Níbo ni mo ti ní ìrírí ìdánilójú ṣùgbọ́n ìdáhùn tí ó pẹ́?
3. Ṣé mo gbẹ́kẹ̀lé àwọn ìrírí dípò ìgbọràn?
4. Ìfihàn wo ni mo ti fojú fo?
5. Tí mo bá kú lónìí, ṣé ìdúróṣinṣin mi yóò parí?

Dáhùn dáadáa.

Ìkéde
Dúró kí o sì kéde:
"Ìfihàn yóò tọ́ mi sí ìgbọràn.
Èmi kì yóò fi ìfarabalẹ̀ sílẹ̀. Èmi kì yóò mú ọkàn mi le. Ohun tí Ọlọ́run bá fi hàn mí, ni èmi yóò gbé ìgbésẹ̀ lé."
Tún un ṣe díẹ̀díẹ̀.

Àdúrà Tí A Tọ́ka Sílẹ̀ (Ìṣẹ́jú 40)
1. Ọwọ̀ (Ìṣẹ́jú 10)
Ronú nípa òtítọ́ ayérayé.
2. Ìjẹ́wọ́ (Ìṣẹ́jú 10)
Sọ àwọn ìdádúró pàtó nínú ìgbọràn.
3. Jọ̀wọ́ ara rẹ (Ìṣẹ́jú 10–15)
Fi ìfẹ́ rẹ fún Kristi lẹ́ẹ̀kan síi.
4. Ìtòlẹ́ṣẹẹṣẹ (Ìṣẹ́jú 5)
Béèrè fún ọkàn onírẹ̀lẹ̀, tí ó ń dáhùn.
Ti sunmọ pẹlu:
"Ọkàn mi ṣì jẹ́ onírẹ̀lẹ̀."

Àwọn Àkójọ Ìṣe
Lóníí, ìwọ yóò:

1. Kọ òtítọ́ kan tí o ti fà sẹ́yìn láti ṣe nǹkan lé lórí sílẹ̀.
2. Gbé ìgbésẹ̀ kan lẹ́sẹ̀kẹsẹ̀ sí ìgbọràn.
3. Yára kúrò nínú ìpínyà ọkàn kan gẹ́gẹ́ bí àmì pàtàkì.
4. Ka Jòhánù 12 lọ́ra.
5. Lo iṣẹju marun-un lati ronu jinle lori ayeraye.

ỌJỌ 18

Nígbà tí Olùdámọ̀ràn rẹ bá ṣubú

Itan Akopọ

Imámì náà kì í ṣe àlejò.
Kò jìnnà rárá.
Olùkọ́ni ní ìgbà èwe rẹ̀ ni.
Ó kọ́ ọ ní ìwé mímọ́.
Ó kọ́ ọ ní ẹ̀kọ́. Ó kọ́ ọ ní ìmọ̀ jíjinlẹ̀. Ó kọ́ ọ ní àwọn ìṣe ẹ̀mí tó ga jù. Ó ṣe àgbékalẹ̀ òye rẹ̀ nípa àṣẹ.
Ìgbẹ́kẹ̀lé ni a kọ́ ní ìbẹ̀rẹ̀.
Ọwọ̀ jinlẹ̀ gan-an ni.
Ìdúróṣinṣin lágbára gan-an.
Lẹ́yìn náà ni ìjà bẹ̀rẹ̀.
Nínú ìṣẹ̀lẹ̀ tí ó ṣàpèjúwe, ó rí iná tí ó sọ̀kalẹ̀ láti ọ̀run.
Wọ́n sì lu imam náà.
Ọkùnrin tó kọ́ ọ lẹ́kọ̀ọ́.
Aláṣẹ tó bu ọlá fún. Olùkọ́ tó ṣe é.
Ti lọ.
Àkókò yẹn kì í ṣe nípa ikú nìkan.
Ó jẹ́ nípa ìwópalẹ̀.
Nígbà tí ohun tí ó dá ọ bá ṣubú,
o máa ní láti yan.
Ṣé ìwọ yóò dì mọ́ ìdúróṣinṣin —
tàbí kí o dáhùn sí ìfihàn?
Jíjáwọ́ láti ọ̀dọ̀ olùdámọ̀ràn kì í ṣe ohun tó rọrùn.
Ó jẹ́ ìmọ̀lára.
Ó ń dàrú. Ó dà bí ìwà ọ̀dàlẹ̀.
Ṣùgbọ́n nígbà mìíràn, Ọlọ́run máa ń dojúkọ àṣẹ tí ó ṣe ọ́ kí ìdúróṣinṣin rẹ lè yípadà pátápátá.

Àwọn Ìdákọ̀rò Ìwé Mímọ́
Májẹ̀mú Láéláé

"Nígbà tí Elijah kọjá lẹ́gbẹ̀ẹ́ rẹ̀, Elìṣa… pa àwọn màlúù… sun àwọn ohun èlò ìtúlẹ̀… ó sì tẹ̀lé Elijah."
—1 Àwọn Ọba 19:21
Ìyípadà nílò ìyàsọ́tọ̀.
Májẹ̀mú Tuntun
"Ẹnikẹ́ni tí ó bá fẹ́ràn baba tàbí ìyá ju mi lọ, kò yẹ fún mi."
—Mátíù 10:37
Ìdúróṣinṣin gbọ́dọ̀ ju ìfẹ́ lọ.

Ẹkọ́
Àwọn olùkọ́ni ń ṣe àgbékalẹ̀ ìdámọ̀.
Àwọn baba ẹ̀mí ni wọ́n ń ṣe àgbékalẹ̀ ojú ìwòye ayé.
Àwọn olùkọ́ ń ṣe àgbékalẹ̀ ìdánilójú.
Ṣùgbọ́n kò sí olùkọ́ni tó ju òtítọ́ lọ.
Ìdúróṣinṣin di ewu nígbà tí ó bá borí ìṣípayá.
Jíjáde kúrò nínú àwọn ètò tí a jogún lè dàbí ìwà ipá nínú ara.
O pàdánù ìbáṣepọ̀.
O pàdánù ètò. O pàdánù ìtẹ́wọ́gbà.
O tiẹ̀ lè banújẹ́.
Ṣùgbọ́n ìdàgbàsókè nílò ìyàsọ́tọ̀ kúrò nínú ohun tí kò jẹ́ òótọ́ mọ́.
Iná tó kọlu olùkọ́ni náà kì í ṣe nípa ìparun nìkan.
Ó jẹ́ nípa ìfarahàn.
Nígbà mìíràn, Ọlọ́run máa ń tú àṣẹ tí o gbẹ́kẹ̀lé ká.
Kìí ṣe láti pa ọ́ run —
ṣùgbọ́n láti dá ọ sílẹ̀.

Àwọn Ìbéèrè Àròjinlẹ̀

1. Ta ló ti ṣe àgbékalẹ̀ ìdámọ̀ ẹ̀mí mi jùlọ?
2. Ǹjẹ́ mo ti gbé olùdámọ̀ràn kan ga ju òtítọ́ lọ?
3. Nibo ni mo ti le dabobo awọn eto ti emi ko tii ṣe ayẹwo ri?
4. Aṣẹ wo ni mo bẹru lati beere lọwọ?
5. Ṣé ìdúróṣinṣin mi sí Kristi ni tàbí sí ìwà kan?

Dáhùn dáadáa.

Ìkéde

Sọ sókè:
"Ìfọkànsìn mi sí Kristi ju gbogbo rẹ̀ lọ.
Kò sí olùkọ́ni tó ju òtítọ́ lọ. Mo tú ìfọkànsìn tí kò tọ́ sílẹ̀. Mo yan ìfihàn ju àṣà lọ."
Tún un ṣe díẹ̀díẹ̀.

Àdúrà Tí A Tọ́ka Sílẹ̀ (Ìṣẹ́jú 40)
1. Ọwọ̀ (Ìṣẹ́jú 10)
Bọ̀wọ̀ fún Kristi gẹ́gẹ́ bí aláṣẹ gíga jùlọ.
2. Tú sílẹ̀ (Ìṣẹ́jú 10–15)
Dárúkọ èyíkéyìí tí ó bá jẹ́ olóòótọ́ tí a kò fi sí ipò tó yẹ kí o sì fi sílẹ̀.
3. Iwosan (Iṣẹju 10)
Gbadura fun imọlara ti o han gbangba nibiti ipinya ti dun.
4. Ìtọ̀lẹ́ṣẹẹ̀ṣẹ (Ìṣẹ́jú 5)
Fi Kristi múlẹ̀ gẹ́gẹ́ bí Olúwa rẹ kan ṣoṣo.
Ti sunmọ pẹlu:
"Ìdúróṣinṣin mi ti parí."

Àwọn Àkójọ Ìṣe
Lónìí, ìwọ yóò:

1. Ṣe àfihàn ìgbàgbọ́ kan tí a jogún láìsí àyẹ̀wò.
2. Kọ́ Ìwé Mímọ́ fúnra rẹ̀ lórí ọ̀rọ̀ yẹn.
3. Mú ìgbẹ́kẹ̀lé aláìlera lórí ìwà ẹni kúrò.
4. Gbadura fun imoye nipa ti emi.
5. Mu ibatan taara rẹ pẹlu Kristi lagbara.

ỌJỌ KỌKỌNÀ

Nígbà tí Ọrun bá Yípo — Ṣùgbọ́n Ẹnìkan ṣoṣo ló máa dáhùn

Itan Akopọ

Iná wó lulẹ̀.
A fi ọ̀wọ̀ lu olùkọ́ni náà.
Àwọn tó wà níbẹ̀ rí nǹkan kan.
Ṣùgbọ́n wọn kò rí ohun tí ó rí.
Àwọn kan rí àwọn ọgbẹ́ tó wú lásán.
Àwọn kan rí ìpalára.
Àwọn kan rí àbájáde rẹ̀.
Ṣùgbọ́n ó rí ìdádúró àtọ̀runwá.
Ìṣẹ̀lẹ̀ kan náà.
Ìrírí tó yàtọ̀. Àbájáde tó yàtọ̀.
Kìí ṣe gbogbo àwọn tí wọ́n ń wo iná náà ló ronú pìwàdà.
Kìí ṣe gbogbo ènìyàn ló yípadà.
Ṣùgbọ́n ọkùnrin kan wà tí wọ́n fi àmì sí.
Iná náà kò jẹ́ ti àwọn ènìyàn.
Ó jẹ́ fún un.
Ọrun kì í gbéra nípa ìdìbò ọ̀pọ̀ ènìyàn.
Ọrun ń lọ nípa iṣẹ́ tí a yàn fún un.

Àwọn Ìdákọ̀rò Ìwé Mímọ́
Májẹ̀mú Láéláé
"Nígbà náà ni Olúwa dá Jóòbù lóhùn láti inú ìjì líle..."
—Jóòbù 38:1
Nígbà tí Ọlọ́run bá ń sọ̀rọ̀, ó jẹ́ ti ara ẹni kí ó tó di gbangba.
Májẹ̀mú Tuntun
"Lójijì, ìmọ́lẹ̀ láti ọ̀run tàn yí i ká… Àwọn ọkùnrin tí wọ́n ń bá a rìnrìn àjò dúró níbẹ̀ láìsí ohùn; wọ́n gbọ́ ìró náà ṣùgbọ́n

wọn kò rí ẹnìkan."
—Ìṣe 9:3-7
Pọ́ọ̀lù ṣubú.
Àwọn mìíràn dúró.
Ó gbọ́ ọ̀rọ̀.
Wọ́n gbọ́ ohùn.
Ìṣẹ̀lẹ̀ kan náà.
Ìpàdé ọ̀tọ̀ọ̀tọ̀.

Ẹkọ́
Kìí ṣe gbogbo ẹni tí ó rí agbára ló máa ń ní ìrírí ìyípadà.
Àwọn ènìyàn lè kíyèsí.
Ènìyàn lè ronúpìwàdà.
Ọrun kì í yọ̀ nígbà tí àwọn ìlú bá ń hùwà padà sí ọkàn.
Ìwé Mímọ́ sọ pé:
"Ayọ̀ wà níwájú àwọn áńgẹ́lì Ọlọ́run lórí ẹlẹ́ṣẹ̀ kan tí ó ronú pìwà dà."
—Lúùkù 15:10
Fún ọkan.
Ọlọ́run yóò gbé ọ̀run àti ayé.
Iná lè rọ̀ fún ọkàn kan.
Fífọ́jú lè lù fún ìpè kan ṣoṣo.
Ìjì líle lè sọ̀rọ̀ fún ọkùnrin olódodo kan.
Má ṣe wọ́n ìṣípopadà àtọ̀runwá nípa iye àwọn tí ó dáhùn .
Wọ́n rẹ̀ nípa ìgbọràn.
Tí ẹnikẹ́ni kò bá dáhùn —
tí ìwọ náà sì dáhùn — ọ̀run yóò yọ̀.

Àwọn Ìbéèrè Àròjinlẹ̀

1. Ǹjẹ́ mo ti rò pé iṣẹ́ ìyanu tí a lè rí yóò mú kí gbogbo ènìyàn ronú pìwà dà?
2. Ṣé mo ń dúró de àwọn ẹlòmíràn kí n tó dáhùn?
3. Ǹjẹ́ mo ti kọ àwọn ìpàdé àtọ̀runwá sílẹ̀ nítorí pé àwọn mìíràn kò yí padà?
4. Kí ni Ọlọ́run ti ṣe fún mi fúnra rẹ̀ tí àwọn ẹlòmíràn kò mọ̀?
5. Tí èmi nìkan bá ń dáhùn, ṣé màá ṣì gbọ́ràn?

Dáhùn jinlẹ̀.

Ìkéde
Sọ sókè:
"Bí ọ̀run bá yípo, èmi yóò dáhùn.
Bí mo tilẹ̀ dúró nìkan. Ìpàdé Ọlọ́run pẹ̀lú mi jẹ́ ti ara ẹni. Èmi kò ní dúró de ọ̀pọ̀ ènìyàn. Mo yan ìrònúpìwàdà."
Tún un ṣe díẹ̀díẹ̀.

Àdúrà Tí A Tọ́ka Sílẹ̀ (Ìṣẹ́jú 40)
1. Ọwọ̀ (Ìṣẹ́jú 10)
Jẹ́wọ́ fún ipò ọba aláṣẹ Ọlọ́run nígbà tí a bá pàdé ara wa.
2. Ọpẹ́ (Ìṣẹ́jú 10)
Dúpẹ́ lọ́wọ́ Rẹ̀ fún ìfihàn ara ẹni nínú ìgbésí ayé rẹ.
3. Jọ̀wọ́ ara rẹ (Ìṣẹ́jú 10–15)
Fi ara rẹ hàn gẹ́gẹ́ bí "ẹni" tí yóò dáhùn.
4. Ààbẹ̀ (Ìṣẹ́jú 5)
Gbàdúrà fún àwọn ẹlòmíràn — ṣùgbọ́n má ṣe fa ìgbọ́ràn rẹ sẹ́yìn.
Ti sunmọ pẹlu:
"Jẹ́ kí èmi ni ẹni tí yóò dáhùn."

Àwọn Àkójọ Ìṣe
Lónìí, ìwọ yóò:

1. Ronú nípa àkókò kan tí àwọn ẹlòmíràn kò fi bẹ̀ẹ̀ kà sí pàtàkì nínú ìgbésí ayé rẹ.
2. Kọ bí àkókò yẹn ṣe yí ọ padà.
3. Dáwọ́ dúró de àdéhùn àpapọ̀ láti tẹ̀lé.
4. Ka Ìṣe Àwọn Aposteli 9 lọ́ra.
5. Ọpẹ́ fún Ọlọ́run pé Ó ń gbéra fún àwọn ènìyàn kọ̀ọ̀kan.

Ẹkọ́ Àìṣeéṣe
Àwọn kan rí ọgbẹ́.
Ó rí iná.

Àwọn kan rí ìpalára.
Ó rí ìfarahàn.
Àwọn kan rí ọkùnrin kan tó ṣubú lulẹ̀.
Ó rí bí àṣẹ ṣe wó lulẹ̀.
Ìṣẹ̀lẹ̀ kan náà.
Ọkàn tó yàtọ̀.
O ko le ṣakoso ohun ti awọn miiran rii.
O le ṣakoso bi o ṣe n dahun.
Ọrun n yọ lori ọkan.
Jẹ́ ẹni náà.

ỌJỌ 20

Fún Ènìyàn kan

Itan Akopọ

Iná wó lulẹ̀.
Ọpọ̀lọpọ̀ ló wà níbẹ̀.
Ẹnìkan ṣoṣo ló mì tìtì láti ronú pìwàdà.
Ní Maiduguri, nígbà tí wọ́n mú un tí wọ́n sì fi ọrun àpáàdì hàn án lẹ́yìn náà, àwọn mìíràn wà ní àyíká rẹ̀ ní ti ara.
Ṣùgbọ́n òun nìkan ni wọ́n mú.
Òun nìkan ló rí ìlú náà.
Òun nìkan ló rí ìyà náà. Òun nìkan ló rìn la ohun tí ó pè ní ìlú wúrà tó lẹ́wà kọjá. Òun nìkan ló padà wá pẹ̀lú ìbànújẹ́.
Ọpọ̀lọpọ̀ ló wà níbẹ̀.
Wọ́n fi ọkan hàn.
A kò ṣe ìpàdé náà fún ìran.
A ṣe apẹrẹ rẹ fun iyipada.
Ọrun kò nílò kí àwùjọ ènìyàn máa dá ìṣíkiri láre.
Ọrun ń gbéra fún ọkan.

Àwọn Ìdákọ̀rò Ìwé Mímọ́
Májẹ̀mú Láéláé
" OLUWA
sì wí fún Satani pé, 'Ṣé o ti kíyèsí ìránṣẹ́ mi Jobu?'" —Jobu 1:8
Ọrun yóò dúró lórí ọkùnrin kan.
Kì í ṣe orílẹ̀-èdè kan.
Ọkan.
Májẹ̀mú Tuntun
"Ọkùnrin wo nínú yín, tí ó ní ọgọ́rùn-ún àgùntàn, bí ó bá sọ ọ̀kan nù nínú wọn, tí kì yóò fi mọ́kàndínlọ́gọ́rùn-ún sílẹ̀… títí yóò fi rí i?"
—Lúùkù 15:4

Ọrun fi ọpọ̀lọpọ̀ ènìyàn sílẹ̀ láti gbà ẹnìkan là.
Ati lẹẹkansi:
"Ayọ̀ wà níwájú àwọn áńgẹ́lì Ọlọ́run lórí ẹlẹ́ṣẹ̀ kan tí ó ronú pìwà dà."
—Lúùkù 15:10
Kì í ṣe ẹgbẹẹgbẹ̀rún.
Ọkan.

Ẹkọ́
Ìwàásù òde òní sábà máa ń fi nọ́mbà wọn wọn àṣeyọrí.
Ìwọ̀n àwùjọ. Wíwá.
Àwọn ìwọ̀n.
Ṣùgbọ́n ọrun ń wọn ní ọ̀nà ọ̀tọ̀ọ̀tọ̀.
Dídára ìfarajìn.
Jíjìn ìyípadà. Ìronúpìwàdà tòótọ́.
Nínú ìṣẹ̀lẹ̀ iná náà, àwọn mìíràn kíyèsí — ṣùgbọ́n ọkàn kan ṣoṣo ló bàjẹ́.
Ní Maiduguri, àwọn mìíràn wà níbẹ̀ — ṣùgbọ́n ọkan ṣoṣo ni wọ́n mú lọ láti wo ọrun àti ọrun àpáàdì.
A kò fi ìlú wúrà hàn fún eré ìnàjú.
A fi hàn pé ó dojúkọ ìdúróṣinṣin.
O le waasu fun ẹgbẹẹgbẹrun eniyan.
Ṣugbọn ọrun le n gbe fun ọkan.
Tí ẹnìkan bá gbé ìdúróṣinṣin,
ọ̀run yóò yọ̀.
Ọlọ́run kò nílò ìfèsìpadà gbogbo ènìyàn láti fi ìdí ìṣípò Rẹ̀ múlẹ̀.
Ó nílò ìfarajìn.

Àwọn Ìbéèrè Àròjinlẹ̀

1. Ǹjẹ́ mo ń wọn ipa ẹ̀mí nípa àwọn nọ́mbà?
2. Ǹjẹ́ mo ti fojú kéré ìyípadà ara ẹni?
3. Tí èmi nìkan bá ń dáhùn, ṣé màá ṣì gbọ́ràn?
4. Ṣé mo ń dúró de ìtara àwùjọ kí n tó ṣe iṣẹ́ náà?
5. Ṣé mo máa ń ṣe ayẹyẹ ìjìnlẹ̀ bíi ti ìríran?

Dáhùn láìsí ìṣe.

Ìkéde
Sọ sókè:
"Èmi kì yóò wọn ìṣípo Ọlọ́run pẹ̀lú nọ́mbà.
Tí ọ̀run bá gbé mi, èmi yóò dáhùn. Mo mọrírì jíjìn ju ìfihàn lọ.
Mo yan dídára ju iye lọ. Jẹ́ kí èmi jẹ́ ẹni tí ó ṣe é."
Tún un ṣe díẹ̀díẹ̀.

Àdúrà Tí A Tọ́ka Sílẹ̀ (Ìṣẹ́jú 40)
1. Ọwọ̀ (Ìṣẹ́jú 10)
Jẹ́wọ́ pé Ọlọ́run rí àwọn ènìyàn kọ̀ọ̀kan.
2. Ọpẹ́ (Ìṣẹ́jú 10)
Dúpẹ́ lọ́wọ́ Rẹ̀ fún àwọn ìpàdé ara ẹni nínú ìgbésí ayé rẹ.
3. Jọ̀wọ́ ara rẹ (Ìṣẹ́jú 10–15)
Fi ara rẹ fún ara rẹ ní kíkún, kódà bí ẹnikẹ́ni kò bá dara pọ̀ mọ́ ọn.
4. Ààbẹ̀ (Ìṣẹ́jú 5)
Gbàdúrà fún ẹnìkan pàtó láti pàdé Kristi.
Ti sunmọ pẹlu:
"Bí mo tilẹ̀ dúró nìkan, màá gbọ́ràn."

Àwọn Àkójọ Ìṣe
Lónìí, ìwọ yóò:

1. Dáwọ́ fífi àṣeyọrí ẹ̀mí wé iye àwọn ènìyàn.
2. Gbadura fun ẹni kan nipa orukọ rẹ.
3. Kọ ohun tí Ọlọ́run ti ṣe fún ọ fúnra rẹ sílẹ̀.
4. Ka Luku 15 laiyara.
5. Fi ara rẹ fún ìjìnlẹ̀ ju gbajúmọ̀ lọ.

Àpẹẹrẹ Jíjìn
Pọ́ọ̀lù ṣubú.
Àwọn mìíràn gbọ́ ohùn.
Wọ́n dán Job wò.
Ayé tẹ̀síwájú.
Olùṣọ́ àgùntàn náà fi mọ́kàndínlọ́gọ́rùn-ún sílẹ̀.
Fún ọkan.

Ní Maiduguri:
Ọpọ̀lọpọ̀ ló sún mọ́ ibẹ̀. Ẹnìkan ṣoṣo ni wọ́n fi ọ̀run hàn.
Ẹnìkan ṣoṣo ló rí ìlú wúrà náà. Ẹnìkan ṣoṣo ló padà wá pẹ̀lú ìdààmú inú.
Ọrun kò nílò àdéhùn gbogbo ènìyàn.
Ọrun ń wá àwọn ọkàn tí wọ́n fi ara wọn sílẹ̀.
Jẹ́ ọkàn yẹn.

ỌJỌ KẸJỌ 21

Wọ́n yìnbọn. Wọ́n lù ú. Wọ́n gbà pé ó ti kú.

Itan Akopọ

Àtakò ti pọ̀ sí i tẹ́lẹ̀.
Àwọn ìhalẹ̀mọ́ni jẹ́ òótọ́.
Ṣùgbọ́n ní àkókò yìí, kì í ṣe ìkìlọ̀.
Iṣẹ́ ìpànìyàn ni.
Wọ́n kọlù ú.
Ibọn bẹ̀rẹ̀ sí í jó.
Àwọn ọta ibọn wọ inú ara rẹ̀.
Irin fi agbára gbá orí rẹ̀.
Ẹjẹ̀ ń ṣàn láti orí rẹ̀.
Ipa naa yẹ ki o ni egungun ti o fọ.
Agbárí náà kò bàjẹ́.
Ẹjẹ̀ náà le gan-an.
Wọ́n gbá a.
Ó wó lulẹ̀. Wọ́n rò pé ó ti kú.
Wọ́n gbé e sínú ọkọ̀ ayọ́kẹ́lẹ́ — kìí ṣe fún ìgbàlà, bí kò ṣe gẹ́gẹ́ bí ẹnìkan ti kà á sí ọkan lára àwọn tí wọ́n ti ṣubú tẹ́lẹ̀.
Ṣùgbọ́n kò kú.
Ó padà sí ipò rẹ̀.
Lẹ́yìn náà ó ṣàlàyé pé wọ́n yọ ọ̀pọ̀ ìbọn kúrò lára òun.
Irin wọ inú ara — ṣùgbọ́n kò pa àwọn ẹ̀yà ara pàtàkì run.
Ọgbẹ́ orí náà ṣẹ̀jẹ̀ gidigidi — ṣùgbọ́n agbárí náà wà ní ipò pípé.
Àwọn dókítà kò lè ṣàlàyé ìdí tí ìbàjẹ́ náà kò fi burú sí i.
Èyí kò fẹ́rẹ̀ẹ́ jẹ́ ìrora.
Èyí fẹ́rẹ̀ẹ́ kú.
Kì í sì í ṣe ìgbìyànjú àkọ́kọ́ nìyẹn.

Gẹ́gẹ́ bí ó ṣe sọ, ọ̀pọ̀ ìgbìyànjú ìpàniyàn ló wáyé — ó ju méje lọ.
Ìpamọ́ kì í ṣe ẹ̀kọ́.
Wọ́n tún un ṣe.
Ní àkókò kan, nítorí bí àwọn ìpalára ṣe le tó àti bí wọ́n ṣe ń halẹ̀ mọ́ni, ìdásí ní ìpele orílẹ̀-èdè ṣètò kí wọ́n gbé e lọ síta orílẹ̀-èdè Amẹ́ríkà fún ìtọ́jú.
Ìwàláàyè ti yípadà láti iṣẹ́ ìyanu sí àṣẹ.
Kò kú.
Ṣùgbọ́n ẹ̀jẹ̀ ni owó náà ná.

Àwọn Ìdákọ̀rò Ìwé Mímọ́
Májẹ̀mú Láéláé
"Ẹgbẹ̀rún lè ṣubú ní ẹ̀gbẹ́ rẹ, ẹgbẹ̀rún mẹ́wàá sì lè ṣubú ní ọwọ́ ọ̀tún rẹ; ṣùgbọ́n kì yóò súnmọ́ ọ."
—Sáàmù 91:7
Ìsúnmọ́ ikú kò dọ́gba pẹ̀lú ìjákulẹ̀.
Májẹ̀mú Tuntun
"Wọ́n sọ Pọ́ọ̀lù ní òkúta, wọ́n sì fà á lọ sí ẹ̀yìn ìlú, wọ́n rò pé ó ti kú. Ṣùgbọ́n lẹ́yìn tí àwọn ọmọ-ẹ̀yìn ti péjọ yí i ká, ó dìde..."
— Ìṣe 14:19–20
A kà á sí ẹni tó ti kú.
Ṣugbọn ko pari.

Ẹkọ́
Àwọn àkókò kan wà tí ìgbọràn máa ń náni ní ẹ̀jẹ̀.
Kì í ṣe ìṣòro àfiwé.
Kì í ṣe àìbalẹ̀ ọkàn àwùjọ.
Ṣugbọn ipadanu gidi.
Síbẹ̀, ìwàláàyè lábẹ́ ìpele ìkọlù yẹn ń béèrè ìbéèrè kan:
Kí ló dé tí wọ́n fi pa mí mọ́?
Kì í ṣe gbogbo èniyàn ló máa ń yè bọ́ lọ́wọ́ ìbọn.
Kì í ṣe gbogbo èniyàn ló máa ń yege àwọn ìgbìyànjú tí wọ́n ń ṣe leraléra.
Tí wọ́n bá tún ṣe ìtọ́jú náà,
iṣẹ́ náà gbọ́dọ̀ jẹ́ èyí tó ṣe pàtàkì.

O le ma koju awọn ibọn rara.

Ṣùgbọ́n o ti dojúkọ àwọn àkókò tí ó lè ti pa ọ́ run:

- Ìṣòro ara.
- Ijamba.
- Ṣẹ́lẹ̀.
- Ìparun ìmọ̀lára.
- Àwọn ìpinnu tí ó lè ba ọjọ́ iwájú rẹ jẹ́.

O si wa nihin.
Ìpamọ́ máa ń mú kí ẹrù iṣẹ́ pọ̀ sí i.
Bí ìpamọ́ náà bá ṣe le tó,
bẹ́ẹ̀ náà ni ìpè náà ṣe le tó.

Àwọn Ìbéèrè Àròjinlẹ̀

1. Kí ni mo ti yege tí ó yẹ kí ó parí ní ọ̀nà ọ̀tọ̀?
2. Ṣé mo máa ń tọ́jú ìtọ́jú láìsí ìṣòro?
3. Iṣẹ́ wo ló lè mú kí n lè wà láàyè?
4. Ṣé mo ń gbé ìgbésí ayé mi pẹ̀lú ìṣọ́ra tàbí láìbìkítà?
5. Tí mo bá gbàgbọ́ pé lóòótọ́ ni wọ́n dá ẹ̀mí mi sí fún ète kan, kí ló máa yípadà?

Kọ ní pàtó.

Ìkéde

Dúró kí o sì kéde:
"Mi ò wà láàyè láìròtẹ́lẹ̀.
Ohun tó yẹ kó pa mí run kò ṣẹlẹ̀. Iṣẹ́ àyànfúnni ni ìwàláàyè mi. Mi ò ní fi ẹ̀mí tí a pamọ́ ṣòfò."
Tún un ṣe pẹ̀lú ìdánilójú.

Àdúrà Tí A Tọ́ka Sílẹ̀ (Ìṣẹ́jú 45)

1. Ọpẹ́ (Ìṣẹ́jú 10)
Ẹ dúpẹ́ lọ́wọ́ Ọlọ́run fún ẹ̀mí tí a fi pamọ́.

2. Ìbẹ̀rù (Ìṣẹ́jú 10)
Ronú nípa bí ìparun ṣe sún mọ́lé tó.

3. Jọ̀wọ́ ara rẹ (Ìṣẹ́jú 15)
Fi ọjọ́ iwájú rẹ fún ète Rẹ̀ ní kíkún.

4. Ìgboyà (Ìṣẹ́jú 10)
Béèrè fún ìgboyà láti ṣe iṣẹ́ tí a yàn fún ọ láìsí ìbẹ̀rù.
Ti sunmọ pẹlu:
"Tí o bá pa mí mọ́, lo mi."

Àwọn Àkójọ Ìṣe
Lónìí, ìwọ yóò:
1. Kọ àwọn àkókò tó fẹ́rẹ̀ pa ọ́ run sílẹ̀.
2. Ronupiwada kuro ninu igbesi aye lasan.
3. Yọ ilana kan ti o le pa ara rẹ run kuro.
4. Gbadura Orin Dafidi 91 soke.
5. Gbé ìgbésẹ̀ kan tó lágbára sí pípè.

Òtítọ́ Àìṣeéṣe
Ẹjẹ̀ ṣàn.
Egungun irin ti a lu.
Àwọn ọta ibọn wọ inú ẹran ara.
Wọ́n gbé e bí ẹni pé ó parí.
Ṣugbọn ó dìde.
Gẹ́gẹ́ bí Pọ́ọ̀lù, a gbà pé ó ti kú — ṣùgbọ́n a kò tí ì ṣe bẹ́ẹ̀.
Ìpamọ́ lábẹ́ ìwà ipá kò dá ìgbéraga sílẹ̀.
Ó ń ṣẹ̀dá ìkánjúkánjú.

ỌJỌ 22

Ti fipamọ ni Iwọn

Itan Akopọ

Ikọlu naa kii ṣe ami apẹẹrẹ.
Ibọn bẹ̀rẹ̀ sí í jó.
Àwọn ọta ìbọn wọ inú ara rẹ̀.
Irin fi agbára gbá orí rẹ̀.
Ẹjẹ̀ ṣàn sílẹ̀ lójú rẹ̀.
Àwọn ẹlẹ́rìí gbàgbọ́ pé ó ti kú.
Wọ́n gbé e lọ bí ọkùnrin tí ó ti parí iṣẹ́.
Ṣùgbọ́n kò parí rẹ̀.
Ó padà sí ipò rẹ̀.
Lẹ́yìn náà, àwọn dókítà yọ ọ̀pọ̀ ìbọn kúrò nínú ara rẹ̀.
Irin ti wọ inu ara — ṣugbọn awọn ẹya ara pataki ni a fipamọ.
Ọgbẹ́ orí náà ṣẹ̀jẹ̀ gidigidi — ṣùgbọ́n agbárí náà kò fọ́.
Ìbàjẹ́ náà yẹ kí ó jẹ́ àjálù ńlá.
Kò rí bẹ́ẹ̀.
Èyí kì í ṣe ìpalára kékeré.
Èyí fẹ́rẹ̀ẹ́ jẹ́ pé wọ́n ti pa á.
Kì í sì í ṣe ìgbìyànjú àkọ́kọ́ nìyẹn.
Gẹ́gẹ́ bí ó ṣe sọ, ọ̀pọ̀ ìgbìyànjú ìpànìyàn ló wáyé — ó ju méje lọ.
Ìpamọ́ ti di ohun tí a tún ṣe.
Ipele ewu naa ga soke.
Ó di ohun tó ju ìkórìíra àdúgbò lọ.
Ó di ohun tó ń jẹ orílẹ̀-èdè lógún.
Nígbà náà, Goodluck Jonathan ni Ààrẹ Nàìjíríà — aṣáájú Kristẹni kan.
Ìdásí náà dé ní ìpele tó ga jùlọ.
Wọ́n ṣètò láti kó o lọ sí Amẹ́ríkà fún àyẹ̀wò àti ìtọ́jú.
Lẹ́yìn ìbọn.
Lẹ́yìn ìpàdánù ẹ̀jẹ̀. Lẹ́yìn ìpalára orí.

Wọ́n ṣe àyẹ̀wò rẹ̀ dáadáa.
Àwọn àwárí náà ṣe kedere:
Láàyè.
Ó wà ní ìlera ọpọlọ. Kò sí ìbàjẹ́ ọpọlọ títí láé. Kò sí ìfọ́ orí.
Kò sí ìbàjẹ́ ìrísí ara.
Ó yè bọ́ láìsí ìṣòro.
Ṣùgbọ́n ewu náà kò pòórá.
Ààbò di dandan.
Wọ́n yan àwọn ẹlẹ́sìn.
Wọ́n ṣọ́ ìṣíkiri náà.
Ìrìn àjò kò jẹ́ ohun tó wọ́pọ̀ mọ́.
Àwọn ààbò yí i ká.
Nígbà tí ọkùnrin kan bá ní láti rìn pẹ̀lú àwọn aṣọ́bodè, ó túmọ̀ sí pé ewu náà jẹ́ òótọ́.
Ìpamọ́ ti di ohun tó hàn gbangba.
Ó wà láàyè.
Ṣùgbọ́n wọ́n fi àmì sí i.

Àwọn Ìdákọ̀rò Ìwé Mímọ́

Májẹ̀mú Láéláé

"A gbé Dáníẹ́lì sókè kúrò nínú ihò náà, a kò sì rí ọgbẹ́ kankan lára rẹ̀, nítorí ó gba Ọlọ́run rẹ̀ gbọ́."
—Dáníẹ́lì 6:23
A ju sinu.
A gbe e soke. A ko fi ọwọ kan inu.

Májẹ̀mú Tuntun

"Olórí ogun pàṣẹ pé kí wọ́n mú Pọ́ọ̀lù lọ sí àgọ́ àwọn ọmọ ogun, ó sì pàṣẹ pé kí àwọn ọmọ ogun máa ṣọ́ ọ."
—Ìṣe 23:10
A dáàbò bò ó nítorí pé iṣẹ́ náà ṣì wà níbẹ̀.

Ẹkọ́

Itoju ni ipele yii kii ṣe itunu.
Ìdánilójú ni.
Nígbà tí ìbọn kò bá pa ọ́,
nígbà tí agbárí kò bá fọ́, nígbà tí àwọn ìdánwò kò bá fi hàn pé

ìparun ayérayé kò dé, nígbà tí àwọn aláṣẹ orílẹ̀-èdè bá dá sí i,
nígbà tí wọ́n bá yan àwọn olùṣọ́ —
O gbọdọ beere:
Kí ló dé tí wọ́n fi dá mi sí?
Ìwàláàyè máa ń mú kí ẹrù iṣẹ́ pọ̀ sí i.
Ààbò ń mú kí iṣẹ́ náà pọ̀ sí i.
Tí Ọlọ́run bá pa ọ́ mọ́ ní ìkọ̀kọ̀,
máa dúpẹ́ lọ́wọ́ rẹ̀.
Tí Ó bá pa ọ́ mọ́ ní gbangba,
jẹ́ onínúure.
Tí Ó bá yí ọ ká pẹ̀lú àbò,
má ṣe gbé ìgbésí ayé lásán.
O kò wà láàyè fún ìrọ̀rùn.
O wa laaye fun iṣẹ-ṣiṣe.

Àwọn Ìbéèrè Àròjinlẹ̀

1. Ǹjẹ́ mo ti yege ohun kan ti o yẹ ki o ti pari ni ọna ti o yatọ?
2. Ǹjẹ́ mo ń fi ẹ̀mí tí a pa mọ́ sí àìníṣẹ́jú?
3. Ojuse wo ni o wa ninu didaabo bo?
4. Ṣé mo ń gbé ìgbésí ayé mi ní ìfẹ́ ọkàn?
5. Tí Ọlọ́run bá fún mi ní ààbò, ṣé ìgbésí ayé mi yóò dá a láre?

Dáhùn òótọ́.

Ìkéde

Dúró kí o sì kéde:
"A pa ẹ̀mí mi mọ́ fún ète kan.
Ohun tí ó yẹ kí ó pa mí run kò ṣe bẹ́ẹ̀. Èmi yóò gbé ìgbé ayé tí ó tọ́.
Èmi kì yóò fi àánú Ọlọ́run ṣòfò.
Ìpamọ́ ń fi iṣẹ́ àyànfúnni múlẹ̀."
Tún un ṣe díẹ̀díẹ̀.

Àdúrà Tí A Tọ́ka Sílẹ̀ (Ìṣẹ́jú 45)

1. Ọpẹ́ (Ìṣẹ́jú 10)

Ẹ dúpẹ́ lọ́wọ́ Ọlọ́run fún ẹ̀mí tí a fi pamọ́.

2. Ìbẹ̀rù (Ìṣẹ́jú 10)
Gba bí ìparun ṣe sún mọ́lé tó.
3. Jọ̀wọ́ ara rẹ (Ìṣẹ́jú 15)
Fi ọjọ́ iwájú rẹ fún Ọlọ́run ní ìmọ̀ọ́mọ̀.
4. Iṣẹ́ Àṣẹ (Ìṣẹ́jú 10)
Béèrè fún ìgboyà láti mú ìpè rẹ ṣẹ.
Ti sunmọ pẹlu:
"Tí o bá pa mí mọ́, lo mi."

Àwọn Àkójọ Ìṣe
Lónìí, ìwọ yóò:
1. Kọ àwọn àkókò tí a ti fi pamọ́ sílẹ̀.
2. Yọ ìwà àìnírònú kan kúrò.
3. Ka Daniẹli 6 lọra.
4. Ọpẹ́ fún Ọlọ́run fún ààbò tí a kò rí.
5. Gbé ìgbésẹ̀ kan tí a fi ọgbọ́n ṣe sí ète náà.

ỌJỌ 23

Ti samisi - Ṣugbọn Ko gberaga

Itan Akopọ

Lẹ́yìn ìbọn náà.
Lẹ́yìn ìsákúrò.
Lẹ́yìn ìtọ́jú aláìsàn.
Lẹ́yìn tí wọ́n yan àwọn olùṣọ́nà.
Ìgbésí ayé kò padà sí bí ó ti yẹ.
Kò sí ẹni tí a kò mọ̀ mọ́.
Wọ́n fi àmì sí i.
Kì í ṣe ní ìṣàpẹẹrẹ.
Ní ìṣiṣẹ́.
Àwọn olùṣọ́-ààbò tẹ̀lé e.
Ìṣíkiri nílò ìṣọ̀kan.
Wíwà ní gbangba nílò àyẹ̀wò.
Ìpele ewu kì í ṣe àhesọ.
Wọ́n ń ṣọ́ wọn.
Láti gbé ní ààbò ni láti gbé ní ìmọ̀.
Láti máa gbé ní ìmọ̀ràn ni láti máa gbé ní ìbáwí.
Ṣugbọn nibi ni apakan pataki:
Kò dẹ́kun wíwàáàsù.
Kò fà sẹ́yìn kúrò nínú pípè.
Kò fi ọ̀rọ̀ náà sílẹ̀ láti dín ewu kù.
Ó tẹ̀síwájú.
Ìgbésí ayé tí a fi àmì sí — ṣùgbọ́n tí a kò gbéraga.

Àwọn Ìdákọ̀rò Ìwé Mímọ́

Májẹ̀mú Láéláé

"Sọ̀ọ̀lù ń ṣọ́ Dáfídì gidigidi láti ọjọ́ náà lọ."

—1 Sámúẹ́lì 18:9

Mo wo.

Àfojúsùn.

A ṣì yàn án.

Májẹ̀mú Tuntun

"Nítorí èmi yóò fi iye ohun tí yóò jìyà nítorí orúkọ mi hàn án."

—Ìṣe 9:16

Àmì láti ìyípadà.

Ṣugbọn a yàn.

Ẹkọ́

Àwọn onígbàgbọ́ kan kàn máa ń jẹ́ olóòótọ́ nígbà tí wọn kò bá kíyè sí wọn.

Ṣùgbọ́n nígbà tí ìgbọràn bá fa àfiyèsí,

ìbẹ̀rù bẹ̀rẹ̀ sí í ṣe àdéhùn ìforígbárí.

Jíjẹ́ ẹni tí a fi àmì sí fi ohun tó ń fà á hàn.

Ṣé o ń ṣiṣẹ́ fún ìtùnú —

tàbí pípè?

Nígbà tí ìgbésí ayé rẹ bá wà lábẹ́ àbójútó:

- O n sọrọ pẹlu iṣọra diẹ sii.
- O n gbe siwaju sii ni imomose.
- O gbàdúrà gidigidi.

Ihalẹ n sọ di mimọ fun ara ẹni.

O le ma ni awọn alabosi rara.

Ṣùgbọ́n a fi àmì sí ọ nípa tẹ̀mí.

Ọtá náà kíyèsí àwọn onígbàgbọ́ gidi.

Ìsìn Kristẹni lásán kò ní àwọn àtakò púpọ̀.

Ìdúróṣinṣin tí a gbé kalẹ̀ máa ń fa àyẹ̀wò.

Ibeere naa ni:

Ṣé mímọ̀ nípa àtakò yóò mú ọ dàgbà sí i —

tàbí yóò ha dẹ́rù bà ọ́?

Àwọn Ìbéèrè Àròjinlẹ̀

1. Ṣé mo jẹ́ olóòótọ́ nígbà tí a kò bá rí mi?
2. Ṣé màá tẹ̀síwájú tí ìgbọràn mi bá fa ìkórìíra?
3. Níbo ni mo ti fi yí ìgbàgbọ́ mi padà kí n má baà fiyèsí?
4. Ǹjẹ́ mo mọ̀ pé ìgbésí ayé mi ní ẹrù tèmí?
5. Ṣé mo ṣe pàtàkì tó láti jẹ́ kí wọ́n kíyè sí mi?

Dáhùn láìsí ìgboyà.

Ìkéde

Dúró kí o sì kéde:

"Èmi kò ní fà sẹ́yìn nítorí pé mo ní àmì.

Àtakò yóò mú mi mọ́. Mo ń ṣiṣẹ́ nípa pípè, kì í ṣe ìtùnú. Èmi kò ní ṣíwọ́."

Tún un ṣe dáadáa.

Àdúrà Tí A Tọ́ka Sílẹ̀ (Ìṣẹ́jú 40–45)

1. Ìjọ́sìn (Ìṣẹ́jú 10)

Jẹ́wọ́ fún Kristi gẹ́gẹ́ bí Olúwa lórí àwọn ogun rẹ.

2. Agbára (Ìṣẹ́jú 15)

Gbàdúrà fún ìfaradà lábẹ́ ìṣọ́.

3. Ìmòye (Ìṣẹ́jú 10)

Béèrè fún ọgbọ́n nínú ìgbọ́ràn tí a lè rí.

4. Ìgboyà (Ìṣẹ́jú 5–10)

Fi ara rẹ fún ìgboyà láìsí àìronújinlẹ̀.

Ti sunmọ pẹlu:

"Mo dúró láìmikàn."

Àwọn Àkójọ Ìṣe

Lónìí, ìwọ yóò:

1. Ṣàfihàn agbègbè kan tí ìbẹ̀rù ti yí ìgbọràn rẹ padà.
2. Ṣe àtúnṣe agbègbè yẹn lẹ́sẹ̀kẹsẹ̀.
3. Gbadura fun awon onigbagbo ti won n gbe labe ewu ni gbogbo agbaye.
4. Ka 1 Samuẹli 18 lọra.

5. Mu ẹ̀tọ́ kan lágbára sí i ní ìgbésí ayé rẹ.

ỌJỌ 24

Gbé Ìwọ̀n Àfikún Gbéga

Itan Akopọ

Lẹ́yìn iná.
Lẹ́yìn tí wọ́n bá ti fi ara wọn sílẹ̀.
Lẹ́yìn àwọn ibọn.
Lẹ́yìn ìsákúrò.
Lẹ́yìn àwọn olùrànlọ́wọ́.
Iṣẹ́ náà kò dínkù.
Ó tàn yanran.
Ó ti sọ ní gbangba pé nígbà tí ó gba ìgbàlà, Olúwa sọ fún un pé:
"Lọ kí o sì mú kí àwọn olùṣọ́ dúró ní ipò wọn kí èmi má baà pa àwọn ènìyàn run."
Èyí kì í ṣe èdè onírẹ̀lẹ̀.
Èdè ìjíhìn ni.
Ìtàn náà ti yípadà láti:
Ìgbàlà ara ẹni → Ìpamọ́ gbogbogbòò → Ààbò orílẹ̀-èdè.
Bayi o ti gbe si:
Ojuse.
Iṣẹ́ náà kì í ṣe pé "ẹ wà ní ààbò" nìkan ni.
Ó jẹ́ "gbígbé ọ̀pá ìdíwọ̀n sókè."
Nítorí ó ti rí:
Ìtara ìsìn láìsí ìmọ̀.
Àgàbàgebè ìjọ. Ìbáṣepọ̀ nínú ìdarí. Ìwà ọ̀lẹ nípa ti ẹ̀mí.
Ìwàláàyè kì í ṣe fún fífi ara pamọ́.
Ó jẹ́ fún ìró ìró.

Àwọn Ìdákọ̀rò Ìwé Mímọ́

Májẹ̀mú Láéláé

"Ọmọ ènìyàn, mo ti fi ọ́ ṣe olùṣọ́… nítorí náà ìwọ yóò gbọ́ ọ̀rọ̀ láti ẹnu mi, ìwọ yóò sì kìlọ̀ fún wọn láti ọ̀dọ̀ mi."

—Esekieli 33:7.

Àwọn olùṣọ́ kì í ṣe eré ìdárayá.

Wọ́n kìlọ̀.

Májẹ̀mú Tuntun

"Ṣùgbọ́n ìpìlẹ̀ lílágbára ti Ọlọ́run dúró… Kí gbogbo ẹni tí ó bá ń pe orúkọ Kristi kúrò nínú àìṣòdodo."

— 2 Tímótì 2:19

Gbígbé ìpele sókè bẹ̀rẹ̀ pẹ̀lú ìwà mímọ́.

Ẹkọ́

Àkókò kan wà tí ìgbàgbọ́ ara ẹni gbọ́dọ̀ di ẹrù iṣẹ́ gbogbo ènìyàn.

Olùṣọ́ kan máa ń ṣe nǹkan mẹ́ta:

1. O duro ni ipo.
2. Ó rí kedere.
3. Ó ń sọ òtítọ́.

Àwọn olùṣọ́ kì í gbajúmọ̀.

Wọ́n ṣe pàtàkì.

Àjọṣepọ̀ máa ń gbilẹ̀ nígbà tí àwọn olùṣọ́ bá sùn.

Àgàbàgebè máa ń tàn kálẹ̀ nígbà tí àwọn olùṣọ́ bá parọ́.

Ìwà rere máa ń pọ̀ sí i nígbà tí àwọn olùṣọ́ bá dara pọ̀ mọ́ àwùjọ ènìyàn.

O le ma gbe aga ori ilẹ.

Ṣugbọn o gbe ojuse ni ibikan.

Nínú ilé rẹ.

Nínú ìjọ rẹ. Nínú ibi iṣẹ́ rẹ. Nínú ìran rẹ.

Gbígbé ìlànà sókè kò túmọ̀ sí dídá àwọn ènìyàn lẹ́bi.

Ó túmọ̀ sí gbígbé ohun tí o ń kéde.

Àwọn Ìbéèrè Àròjinlẹ̀

1.Níbo ni Ọlọ́run ti gbé mi sípò gẹ́gẹ́ bí olùṣọ́?
2. Ṣé mo ti dákẹ́ kí n lè máa gba ara mi?

3. Níbo ni mo ti gbà àdéhùn?
4. Ṣé mo ń gbé ní ìpele tí mo ń retí láti ọdọ̀ àwọn ẹlòmíràn?
5. Ìlànà wo ni mo gbọ́dọ̀ kọ́kọ́ gbé kalẹ̀ ní ìgbésí ayé mi?

Dáhùn pẹ̀lú ọgbọ́n.

Ìkéde

Dúró kí o sì kéde:
"Mo gba iṣẹ́ mi.
Mi ò ní dara pọ̀ mọ́ ìforígbárí. Èmi yóò gbé ìlànà ga ní ipò mi.
Èmi yóò gbé ohun tí mo bá kéde."
Tún un ṣe pẹ̀lú ìtara.

Àdúrà Tí A Tọ́ka Sílẹ̀ (Ìṣẹ́jú 45)
1. Ìjọ́sìn (Ìṣẹ́jú 10)
Bọ̀wọ̀ fún Ọlọ́run gẹ́gẹ́ bí ẹni mímọ́.
2. Ìrònúpìwàdà (Ìṣẹ́jú 15)
Jẹ́wọ́ ìforígbárí ara ẹni.
3. Ẹbẹ̀ (Ìṣẹ́jú 10)
Gbàdúrà fún àwọn olórí àti ìwà mímọ́ ìjọ.
4. Iṣẹ́ Àṣẹ (Ìṣẹ́jú 10)
Béèrè fún ìgboyà láti dúró.
Ti sunmọ pẹlu:
"Ṣe mí ní olùṣọ́ olóòótọ́."

Àwọn Àkójọ Ìṣe

Lónìí, ìwọ yóò:

1. Ṣe àwárí ibi kan tí ó ní ìṣòro nínú ìgbésí ayé rẹ kí o sì ṣe àtúnṣe rẹ̀.
2. Fún ẹnìkan tí ó ń rìn kiri nípa tẹ̀mí ní ìṣírí.
3. Ka Esekieli 33 jinlẹ̀.
4. Yọ ipa kan ti o le ba ipo tẹmi rẹ jẹ kuro.
5. Fi ara rẹ fún ìwà mímọ́ ara ẹni tí ó wà déédéé.

ỌJỌ 25

Kọ́ Ohun Tí Yóò Lè Borí Iná

Itan Akopọ

Àwọn ẹlẹ́sìn Islam ní ìṣètò.
Wọ́n ṣètò àkókò àdúrà.
Ààwẹ̀ jẹ́ ìlànà. Wọ́n fipá mú kí àtúnsọ ọ̀rọ̀ náà wáyé.
A kọ́ ìtara náà dáadáa.
Nígbà tí ó yípadà, ìmọ̀lára nìkan kò tó.
Wọ́n ní láti tún ilé náà ṣe.
Tí àṣìṣe tí a bá ṣe lè mú kí a ní ìfaradà tó lágbára,
nígbà náà òtítọ́ tí a bá ṣe gbọ́dọ̀ mú kí a ní ìfaradà tó lágbára sí i.
Lílààjá lábẹ́ ìbọn kò gbé e ró.
Ìṣẹ̀dá ṣe bẹ́ẹ̀.
Inúnibíni kò pa ìgbàgbọ́ mọ́.
Ètò ṣe é.

Àwọn Ìdákọ̀rò Ìwé Mímọ́
Májẹ̀mú Láéláé
"Ní alẹ́, ní òwúrọ̀, àti ní ọsán gangan, èmi yóò gbàdúrà, èmi yóò sì ké jáde, òun yóò sì gbọ́ ohùn mi."
—Sáàmù 55:17
Rythm ń gbé ìbáṣepọ̀ láruge.
Májẹ̀mú Tuntun
"Ṣé ẹ kò lè bá mi ṣọ́nà fún wákàtí kan?"
—Mátíù 26:40
Wákàtí kan.
Mo fẹ́ẹ́. Láìsí ìpínyà ọkàn.

Ẹkọ́

Ọpọ̀ àwọn onígbàgbọ́ máa ń gbàdúrà pẹ̀lú ìdáhùnpadà.
Àwọn díẹ̀ ló ń gbàdúrà ní ọ̀nà ètò.
Àdúrà ìfèsìpadà máa ń la ìṣòro já.
Àdúrà tí a ṣètò máa ń kọ́ ìfaradà.
O ko le kọ ifaramo ipele-ogun pẹlu Kristiẹniti lasan.
Tí ìfọkànsìn rẹ bá jẹ́ àìròtẹ́lẹ̀,
ìdúróṣinṣin rẹ yóò jẹ́ aláìlera.
Ìbáwí kìí ṣe òfin.
Ìbáṣepọ̀ ni.

Àpẹẹrẹ Àdúrà Ìṣẹ́jú 60
Èyí kì í ṣe ìṣesí ìmọ̀lára.
Ìṣẹ̀dá ni.
1 Ìṣẹ́jú 30 — Jọ́sìn Rẹ̀ fún Ẹni Tí Ó Jẹ́
Ko si ibeere.
Ko si awọn ẹbẹ.
Ìfẹ́ nìkan.

- Ìwà mímọ́ rẹ̀.
- Ipò ọba aláṣẹ rẹ̀.
- Àánú rẹ̀.
- Ìdájọ́ òdodo rẹ̀.
- Ìṣòtítọ́ rẹ̀.

Ìjọsìn tún ojú ìwòye kọ́.

2 Ìṣẹ́jú 10 — Kéde Ìjọba Rẹ̀
Kéde sókè pẹ̀lú ohùn rara:

- Ó ń ṣe àkóso lórí ìgbésí ayé rẹ.
- Ó ń ṣàkóso ìdílé rẹ.
- Ó ń ṣe àkóso ìpè rẹ.
- Ó ń ṣàkóso orílẹ̀-èdè rẹ.

Ìṣàkóso aláṣẹ ni ó ń ṣe àkóso àṣẹ.

3 10 — Ìrònúpìwàdà
Jẹ́wọ́:

- Ìfohùnṣọ̀kan.
- Àgàbàgebè.
- Ìwà ọ̀lẹ.
- Ìbẹ̀rù.
- Ìdúróṣinṣin tí ó pínyà.

Ìmọ́tótó ń dáàbò bo agbára.

4 Iṣẹ́jú 10 — Àwọn Òfin Tí Ìjọba Bá Dé

Kì í ṣe ìfẹ́ ọkàn-ẹni-nìkan.
Kì í ṣe ìfẹ́ ọkàn ti ara.
Kéde:

- Ìbámu pẹ̀lú ìfẹ́ Rẹ̀.
- Ìbáwí nínú ìgbésí ayé rẹ.
- Ìgboyà nínú ìgbọ́ràn.
- Ìwà mímọ́ nínú ìwà.
- Ṣíṣe iṣẹ́ àyànfúnni.

Àwọn àṣẹ gbọ́dọ̀ bá Ìwé Mímọ́ mu.

Àwọn Ìbéèrè Àròjinlẹ̀

1. Ǹjẹ́ àdúrà mi ní ìbáwí tàbí ti ìmọ̀lára?
2. Ǹjẹ́ mo máa ń gbàdúrà fún ìgbà pípẹ́ ní àkókò ìṣòro ju ní àlàáfíà lọ?
3. Kí ló ń dí mi lọ́wọ́ láti pọkàn pọ̀ ní wákàtí kan?
4. Ṣé mo wà ní ìṣètò ẹmí?
5. Kí ló lè yípadà tí mo bá ń ṣe èyí lójoojúmọ́ fún ọjọ́ ogójì?

Dáhùn òótọ́.

Ìkéde

Dúró kí o sì kéde:
"Èmi yóò kọ́ ìfọkànsìn oníwà-bí-ẹtọ́.
Àdúrà mi yóò wà ní ìṣètò. Ìfọkànsìn mi yóò máa wà lójoojúmọ́. Èmi kì yóò gbé ìgbésí ayé àìnísinmi nípa ti ẹmí."
Tún un ṣe dáadáa.

Àdúrà Tí A Tẹ̀lé

Lónìí, ṣe gbogbo àpẹẹrẹ ìṣẹ́jú 60.

Ko si awọn ọna abuja.
Kò sí iṣẹ́ púpọ̀.
Láìsí ìpínyà ọkàn.

Àwọn Àkójọ Ìṣe

1. Ṣètò àkókò tí a yàn fún ọjọ́ kọ̀ọ̀kan.
2. Mú àwọn ohun tó ń pín ọkàn níyà kúrò nígbà àdúrà.
3. Kọ àwọn ìfihàn sílẹ̀ nígbà ìjọsìn.
4. Tọpinpin ìfaradà fún ọjọ́ méje.
5. Dáàbò bo àkókò yìí gẹ́gẹ́ bí èyí tí kò ṣeé dúnàádúrà.

ỌJỌ 26

Gbọran Ọlọrun Ni Kedere

Itan Akopọ

Àwọn àkókò ìyípadà nínú ìgbésí ayé rẹ̀ kì í ṣe àìròtẹ́lẹ̀.
Wọ́n jẹ́ ìtọ́sọ́nà.
Maiduguri — ìran kan.
Àkókò iná náà — ìjà. Ìpàdé hótéẹ̀lì náà — "A ti lọ jìnnà jù."
Iṣẹ́ náà — "Ẹ mú àwọn olùṣọ́ bínú."
Àwọn wọ̀nyí kì í ṣe àwọn èrò tí kò ṣe kedere.
Wọ́n ṣe kedere.
Pàtàkì.
Ìdádúró.
Nígbà tí ìdúróṣinṣin bá ti yípadà,
òye rẹ̀ tẹ̀lé e.
Ṣùgbọ́n ìdàámú kò wá láti inú ìdàámú.
Ó wá láti inú ìfarabalẹ̀.
Ati nigbamii - ibawi.
Àwọn tí wọ́n ń gbé ìgbésí ayé lásán kì í sábà gbọ́ ohun tó ṣe kedere.
Àwọn tí wọ́n wà ní ìyapa ń gbọ́ ọ̀rọ̀ èké.
Àwọn tí a ṣètò ń gbọ́rọ̀ dáadáa.

Àwọn Ìdákọ̀rò Ìwé Mímọ́
Májẹ̀mú Láéláé
"Sọ̀rọ̀, Olúwa, nítorí ìránṣẹ́ rẹ ń gbọ́."
—1 Sámúẹ́lì 3:10
Gbígbọ́rọ̀ nílò ìdúró.
Májẹ̀mú Tuntun
"Àwọn àgùntàn mi ń gbọ́ ohùn mi, mo sì mọ̀ wọ́n, wọ́n sì ń tọ̀ mí lẹ́yìn."
—Jòhánù 10:27

Ìgbọ́ran jẹ́ ìbáṣepọ̀.
Títẹ̀lé fi hàn pé a gbọ́ràn.

Ẹkọ́
Ọpọ̀ àwọn onígbàgbọ́ ló máa ń sọ pé, "Ọlọ́run dákẹ́."
Lọ́pọ̀ ìgbà, ọ̀rọ̀ náà kì í ṣe ìdákẹ́jẹ́ẹ́.
Ariwo ni.
Ariwo ìbẹ̀rù.
Ariwo ifẹ-ọkan. Ariwo afiwe. Ariwo awọn media awujọ.
Ariwo ti adehun ti ko ronupiwada.
O ko le gbọ ni kedere ti ọkan rẹ ba pin.
Ìmọ́lẹ̀ nílò:

- Jọ̀wọ́.
- Ìbáwí.
- Dákẹ́jẹ́ẹ́.
- Ìgbọràn sí ohun tí a ti sọ tẹ́lẹ̀.

Ọlọ́run kì í sábà fún àwọn tí kò ka ìtọ́ni tó gbẹ̀yìn sí ní ìtọ́ni tuntun.
Ó ń sọ̀rọ̀ lọ́nà ìtọ́sọ́nà.
Kì í ṣe láìlópin.
Tí Ó bá sọ̀rọ̀, yóò bá Ìwé Mímọ́ mu.
Yóò gbé ìwà mímọ́ ga. Yóò béèrè fún ìgbọràn. Kìí ṣe ìgbéraga ni yóò fi ṣe àṣehàn.

Àwọn Ìbéèrè Àròjinlẹ̀

1. Ìgbà wo ni mo gbọ́ràn sí ohun tí Ọlọ́run fi hàn mí kẹ́yìn?
2. Àwọn ohun tó ń pín ọkàn mi níyà wo ló ń da ìgbọ́ran mi nípa tẹ̀mí rú?
3. Ṣé mo fi ìdákẹ́jẹ́ẹ́ ṣáájú?
4. Ṣé mo ń dúró de ìtọ́ni tuntun nígbà tí mo ń fojú fo ìdálẹ́bi tí mo ti gbà tẹ́lẹ̀?
5. Tí Ọlọ́run bá sọ̀rọ̀ kedere ní alẹ́ yìí, ṣé màá gbọ́ràn?

Dáhùn òótọ́.

Ìkéde
Dúró kí o sì kéde:

"Etí mi ti ṣí sílẹ̀.
Ọkàn mi ti yọ̀. Mo kọ ìpínyà ọkàn. Èmi yóò gbọ́, èmi yóò sì gbọ́ràn."
Tun ṣe laiyara.

Àdúrà Tí A Tọ́ka Sílẹ̀ (Ìṣẹ́jú 45)

1. Ìjọ́sìn (Ìṣẹ́jú 10)

Jẹ́wọ́ Rẹ̀ gẹ́gẹ́ bí Olùṣọ́ Àgùntàn.

2. Ìdákẹ́jẹ́ (Ìṣẹ́jú 10)

Jókòó jẹ́ẹ́jẹ́ẹ́. Kò sí ọ̀rọ̀. Tẹ́tí sí.

3. Jọ̀wọ́ (Ìṣẹ́jú 10)

Tú ètò rẹ sílẹ̀.

4. Ìtòlẹ́sẹẹsẹ (Ìṣẹ́jú 15)

Béèrè fún òye àti ìgboyà láti gbọ́ràn.
Ti sunmọ pẹlu:
"Sọ̀rọ̀, Olúwa. Èmi yóò dáhùn."

Àwọn Àkójọ Ìṣe

1. Lo iṣẹju mẹwa ni idakẹjẹ patapata loni.
2. Kọ àwọn àmì tí a fi ń wò wọ́n sílẹ̀ — dán wọn wò pẹ̀lú Ìwé Mímọ́.
3. Tẹ́tí sí ìdánilójú kékeré kan lẹ́sẹ̀kẹsẹ̀.
4. Dín orísun ariwo kan kù.
5. Ka 1 Samuẹli 3 àti Johannu 10 lọ́ra.

ỌJỌ 27

Rìn àti Ṣíṣiṣẹ́ pẹ̀lú Ọlọ́run

Itan Akopọ

Àwọn ìpàdé náà jẹ́ òótọ́.
Iná náà jẹ́ òótọ́.
Ìran náà jẹ́ òótọ́.
Ìjà bẹ́ sílẹ̀ ní hótẹ́ẹ̀lì náà jẹ́ òótọ́.
Àwọn ọta ibọn náà jẹ́ òótọ́.
Ìgbàlà ààrẹ jẹ́ òótọ́.
Ṣùgbọ́n àwọn ìpàdé nìkan kò lè gbé ìgbésí ayé ró.
Rírìn ni ó ṣe é ṣe.
Lẹ́yìn ìgbàlà.
Lẹ́yìn ìṣọ́. Lẹ́yìn ìgbìmọ̀.
Ìgbésí ayé ń tẹ̀síwájú lójoojúmọ́.
Àwọn ìpinnu.
Ìrìn àjò. Ìwàásù. Kíkọ́ iṣẹ́ ìránṣẹ́. Sísìn àwọn àwùjọ. Gbígbé láàárín àwọn wàhálà ìdílé tí ó pín sí méjì.
Àwọn àkókò iṣẹ́ ìyanu kì í ṣe ojoojúmọ́.
Rírìn náà ni.
O ko le gbe laaye titilai ninu ipade.
O gbọdọ gbe ni ibatan.

Àwọn Ìdákọ̀rò Ìwé Mímọ́
Májẹ̀mú Láéláé
"Enọku bá Ọlọrun rìn; kò sì sí mọ́, nítorí pé Ọlọrun mú un lọ."
—Jẹ́nẹ́sísì 5:24.
Kì í ṣe pé mo gbàgbọ́ nìkan.
Mo rìn.
Májẹ̀mú Tuntun

"Nítorí náà, gẹ́gẹ́ bí ẹ ti gba Kristi Jesu Oluwa, bẹ́ẹ̀ ni ẹ máa rìn nínú Rẹ̀."
—Kólósè 2:6.
Gbígbà jẹ́ ìṣẹ̀lẹ̀ kan.
Rírìn jẹ́ ìlànà kan.

Ẹkọ́

Ọpọ̀ àwọn onígbàgbọ́ ló ń lépa àwọn àkókò.
Àwọn díẹ̀ ló ń rìn kiri.
Rìn-rìn túmọ̀ sí pé:

- Ìlànà ojoojúmọ́.
- Ìgbọràn tí ó dúró ṣinṣin.
- Ìmọ̀lára tó ń bá a lọ.
- Ìbáṣepọ̀ tó dúró ṣinṣin.

Rírìn kò nílò ìran.
Ó nílò ìṣòtítọ́.
Ṣiṣẹ́ pẹ̀lú Ọlọ́run túmọ̀ sí:
O kò pín I sí méjì.
Kì í ṣe pé ó wà ní àkókò àdúrà nìkan ni.
Ó wà ní:

- Awọn ipinnu iṣowo.
- Ìjíròrò ìdílé.
- Ètò iṣẹ́-ìránṣẹ́.
- Àwọn àṣàyàn owó.
- Ìpinnu ìforígbárí.

Rírìn mú ìgbésí ayé méjì kúrò.
Rírìn mú kí iṣẹ́ Kristẹni kúrò.
Rírìn ń kọ́ ìwà rere.

Àwọn Ìbéèrè Àròjinlẹ̀

1. Ṣé mo máa ń lépa àwọn ìpàdé ju bí mo ṣe ń ṣe déédéé lọ?
2. Ṣé ìgbésí ayé mi nípa tẹ̀mí ló darí ìṣẹ̀lẹ̀ tàbí àjọṣepọ̀ ló darí?
3. Ǹjẹ́ mo máa ń bá Ọlọ́run sọ̀rọ̀ nígbà tí mo bá ń ṣe ìpinnu ojoojúmọ́?
4. Nibo ni igbesi aye mi ti wa ni apakan?

5. Tí ẹnìkan bá kíyèsí ọ̀sẹ̀ mi, ṣé wọ́n á rí ìrìn àjò kan? Dáhùn òótọ́.

Ìkéde

Dúró kí o sì kéde:

"Èmi yóò máa bá Ọlọ́run rìn lójoojúmọ́.
Ìgbàgbọ́ mi kì í ṣe lẹ́ẹ̀kọ̀ọ̀kan. Mo kọ ẹ̀sìn Kristẹni tí a pín sí méjì sílẹ̀. Mo máa ń rìn ní ìgbọràn nígbà gbogbo."

Tún un ṣe díẹ̀díẹ̀.

Àdúrà Tí A Tọ́ka Sílẹ̀ (Ìṣẹ́jú 45)

1. Ìjọ́sìn (Ìṣẹ́jú 10)

Jẹ́wọ́ pé Ọlọ́run wà ní gbogbo apá ìgbésí ayé.

2. Jọ̀wọ́ (Ìṣẹ́jú 10)

Pe E sinu awọn iṣẹ ojoojumọ rẹ.

3. Ìtọ̀lẹ́sẹẹsẹ (Ìṣẹ́jú 15)

Gbàdúrà láti inú gbogbo apá ìgbésí ayé rẹ — ìdílé, iṣẹ́, iṣẹ́ ìránṣẹ́, àti ìnáwó.

4. Ìfarajì (Ìṣẹ́jú 10)

Fi ara rẹ fún ìmọ̀ ojoojúmọ́ tí ó mọ́gbọ́n dání.
Ti sunmọ pẹlu:
"Mo n rin pẹlu Rẹ."

Àwọn Àkójọ Ìṣe

1. Pe Ọlọrun ni mimọ sinu ipinnu kan loni.
2. Yọ apakan kan kuro nibiti a ti yọ O kuro.
3. Bẹ̀rẹ̀ òwúrọ̀ rẹ lọ́la pẹ̀lú ìfọkànsìn tí a mọ̀ọ́mọ̀ ṣe.
4. Ka Genesisi 5 ati Kolosse 2 laiyara.
5. Tẹ̀lé ìgbọràn ojoojúmọ́ fún ọjọ́ méje.

ỌJỌ 28

Gbígbé lórí Àgàbàgebè

Itan Akopọ

Ọkan lára àwọn àkókò tó léwu jùlọ nínú ìrìn àjò náà kì í ṣe ìbọn.
Àìbáramu nínú Ṣọ́ọ̀ṣì ni.
Láti inú ẹ̀ka àwọn ológun ni ó ti wá.
Ibi tí wọ́n ti ń ṣe ohun tí wọ́n ń wàásù.
Ibi tí wọ́n ti ń lo ìlànà. Ibi tí wọ́n ti ń lo ọ̀rọ̀ náà.
Ó wọ inú ẹ̀sìn Kristẹni, ó ń retí ìwà títọ́ tó ga jù.
Dípò bẹ́ẹ̀, ó rí:
Ìwàásù láìsí ìdánrawò.
Èdè láìsí ìgbésí ayé. Ìfihàn ẹ̀mí láìsí ìfọkànsìn ara ẹni.
Ìjákulẹ̀ yẹn fẹ́rẹ̀ẹ́ mú un padà.
Àwọn ìbọn náà kò fẹ́rẹ̀ já a lulẹ̀.
Ó fẹ́rẹ̀ẹ́ jẹ́ pé àgàbàgebè ló ṣẹlẹ̀.
Bẹ́ẹ̀ ni ó ṣe jẹ́ ìparun tó.

Àwọn Ìdákọ̀rò Ìwé Mímọ́
Májẹ̀mú Láéláé
"Àwọn ènìyàn wọ̀nyí ń fi ẹnu wọn súnmọ́ mi... ṣùgbọ́n ọkàn wọn jìnnà sí mi."
—Isaiah 29:13
Ọ̀rọ̀ láìsí ìyọ̀nda ara ẹni.
Májẹ̀mú Tuntun
"Ègbé ni fún ẹ̀yin... àgàbàgebè! Nítorí ẹ̀yin ń fọ òde ago àti àwo, ṣùgbọ́n inú wọn kún fún ojúkòkòrò àti ìgbádùn ara-ẹni."
— Mátíù 23:25
Ìmọ́lẹ̀ òde.
Ìbàjẹ́ inú.

Ẹkọ́

Àgàbàgebè kì í ṣe àìlera.
Ìpínyà ni.
Ó jẹ́ gbígbé ìgbé ayé méjì.

- Gbangba kan.
- Ẹnikan ikọkọ.

Ó ń polongo ìdúróṣinṣin ní gbangba,
nígbà tí ó ń ṣòwò rẹ̀ ní ìkọ̀kọ̀.
Kò sí ohun tó ń pa ẹlẹ́rìí run kíákíá.
O le ye inunibini.
Ṣùgbọ́n o kò le yege ìbàjẹ́ inú.
Tí ìgbésí ayé àdúrà rẹ bá jẹ́ aláìlera,
ṣùgbọ́n ìwàásù rẹ lágbára—ìyẹn ni ìfọ́.
Tí ìgbàgbọ́ rẹ ní gbangba bá lágbára,
ṣùgbọ́n ìgbọràn rẹ ní ìkọ̀kọ̀ kò bá ara mu — ìyẹn ni ìfọ́.
Ìwà títọ́ túmọ̀ sí ìbáṣepọ̀.
Ohun tí mo sọ.
Ohun tí mo ṣe. Ohun tí mo gbàgbọ́. Ohun tí mo ń ṣe.
Ìtọ́sọ́nà kan náà.

Àwọn Ìbéèrè Àròjinlẹ̀

1. Níbo ni ìgbésí ayé ìkọ̀kọ̀ mi ti tako ìjẹ́wọ́ gbangba mi?
2. Ìbáwí nípa tẹ̀mí wo ni mo ń ṣe ṣùgbọ́n tí mi ò ń tẹ̀síwájú?
3. Ǹjẹ́ àwọn tó sún mọ́ mi jùlọ yóò fi hàn pé mo jẹ́ olùfọkànsìn?
4. Àdéhùn wo ni mo ń dá láre?
5. Tí wọ́n bá ń fi àgàbàgebè hàn lónìí, kí ló máa yọjú síta?

Dáhùn láìsí àwáwí.

Ìkéde

Dúró kí o sì kéde:
"Mo kọ ìgbésí ayé méjì.
Ìgbésí ayé mi ní ìkọ̀kọ̀ yóò bá ìjẹ́wọ́ mi ní gbangba mu. Mo yan ìwà títọ́. Mo yan pípé. Mo yan ìbáṣepọ̀."
Tún un ṣe díẹ̀díẹ̀.

Àdúrà Tí A Tọ́ka Sílẹ̀ (Ìṣẹ́jú 45)

1. Ìjọ́sìn (Ìṣẹ́jú 10)

Bọ̀wọ̀ fún Kristi gẹ́gẹ́ bí ẹni mímọ́ àti olóòótọ́.

2. Ìfihàn (Ìṣẹ́jú 15)

Béèrè lọ́wọ́ Ọlọ́run láti tú àwọn àìbáramu tí ó farasin palẹ̀.

3. Ìrònúpìwàdà (Ìṣẹ́jú 10)

Jẹ́wọ́ ìforígbárí pàtó kan.

4. Ìtòlẹ́sẹẹsẹ (Ìṣẹ́jú 10)

Gbàdúrà fún agbára láti gbé ìgbésí ayé déédéé.

Ti sunmọ pẹlu:

"Jẹ́ kí inú mi àti òde mi gbà bẹ́ẹ̀."

Àwọn Àkójọ Ìṣe

1. Yọ ìforígbárí kan tí a fi pamọ́ kúrò.
2. Mu ibawi alailagbara kan lagbara.
3. Jẹ́wọ́ ohun kan ní ìkọ̀kọ̀ fún Ọlọ́run tí o ti gbójú fo.
4. Ka Mátíù 23 lọ́ra.
5. Beere lọwọ ẹnikan ti o gbẹkẹle lati mu ọ jẹbi.

ỌJỌ 29

Ìdánwò láti Padà

Itan Akopọ

Lẹ́yìn iná.
Lẹ́yìn ìran.
Lẹ́yìn tí wọ́n bá ti fi ara wọn sílẹ̀.
Lẹ́yìn iṣẹ́ ìránṣẹ́.
Lẹ́yìn àwọn ibọn.
Lẹ́yìn ìgbàlà.
Lẹ́yìn àwọn olùrànlọ́wọ́.
Ìdánwò náà ṣì dé.
Kì í ṣe nítorí pé ẹ̀sìn Islam lágbára sí i.
Ṣùgbọ́n nítorí pé ẹ̀sìn Kristẹni kò fara mọ́ ara rẹ̀.
Ó ti jẹ́rìí kedere: kókó kan wà tí ó ti pinnu tẹ́lẹ̀.
Ó máa wàásù ìhìn ìkẹ́yìn kan.
Lẹ́yìn náà, yóò padà wá.
Ó ti gbé ìwà ìbàjẹ́ ìgbésí ayé rẹ̀ àtijọ́ yẹ̀ wò pẹ̀lú ìfohùnṣọ̀kan tí ó ṣe.
Àti pé ìfàsẹ́yìn náà dà bí ohun tó bọ́gbọ́n mu.
Iyẹn jẹ́ ohun tó ń múni ronú jinlẹ̀.
Ọkùnrin kan tó rí ọrun.
Ọkùnrin kan tó rí ọrun àpáàdì. Ọkùnrin kan tó yege ìpàniyàn.
Síbẹ̀ ó dojúkọ ìdánwò láti padà sẹ́yìn.
Ìdẹwò kìí ṣe nípa iyèméjì nígbà gbogbo.
Nígbà mìì, ó jẹ́ nípa ìjákulẹ̀.

Àwọn Ìdákọ̀rò Ìwé Mímọ́
Májẹ̀mú Láéláé

"Nígbà tí wọ́n sì rántí pé Ọlọ́run ni àpáta wọn… síbẹ̀ wọ́n fi ẹnu wọn pọ́n ọn… nítorí pé ọkàn wọn kò dúró ṣinṣin pẹ̀lú rẹ̀."
—Sáàmù 78:35-37.
Ìrántí kò ṣe ìdánilójú pé ó dúró ṣinṣin.

Májẹ̀mú Tuntun

"Nítorí Démà ti kọ̀ mí sílẹ̀, nítorí ó nífẹ̀ẹ́ ayé ìsinsìnyí."
—2 Tímótì 4:10
Àwọn kan bẹ̀rẹ̀ dáadáa.
Àwọn kan padà wá.

Ẹkọ́

Ìdẹwò láti padà kò túmọ̀ sí pé o kò fi òtítọ́ ṣe é rí.
Ó túmọ̀ sí pé ènìyàn ni ọ́.
Ìpadàbọ̀ lè rí bí:

- Pada si awọn iwa atijọ.
- Ìdánilójú tó ń múni rọ̀.
- Àwọn ìlànà tí ó dínkù.
- Ìwà ọ̀lẹ nípa tẹ̀mí.
- Ìyọkúrò ní ti ìmọ̀lára.
- Ìbínú tí a fi bò gẹ́gẹ́ bí ẹ̀kọ́ ìsìn.

O le ma kọ Kristi silẹ ni gbangba.
Ṣugbọn o le rin kiri sinu inu.
Ìpadàbọ̀ bẹ̀rẹ̀ láìsí ariwo.
Ó bẹ̀rẹ̀ pẹ̀lú:
"Mo ti rẹ̀."
"Èyí kò tọ́." "Ó kéré tán kí ó tó di pé wọ́n ti bá mi wí." "Kò sí ẹni tí ó ń gbé ohun tí wọ́n ń wàásù rẹ̀."
Bẹ́ẹ̀ ni ìpadàsẹ́yìn ṣe ń sọ̀rọ̀.
Ọtá kìí sábà kọlù pẹ̀lú ìkọ̀kọ̀ Kristi ní àkọ́kọ́.
Ó ń fi ìrẹ̀wẹ̀sì kọlù ú.

Àwọn Ìbéèrè Àròjinlẹ̀

1. Níbo ni mo ti ronú nípa ìfàsẹ́yìn ní ìkọ̀kọ̀?
2. Ìjákulẹ̀ wo ló fa ìrònú yẹn?
3. Ṣé mo ń ṣe àdéhùn lórí àwọn ohun tí mo gbà gbọ́?

4. Àpẹẹrẹ àtijọ́ wo ló tún wù mí lẹ́ẹ̀kan sí i?
5. Tí mo bá padà, kí ni màá pàdánù?

Kọ láìsí ìtìjú.

Ìkéde

Dúró kí o sì kéde:
"Èmi kò ní padà wá.
Ìjákulẹ̀ kò ní darí mi. Ìdúróṣinṣin mi ti parí. Èmi kò ní ṣe àdéhùn."
Tún un ṣe dáadáa.

Àdúrà Tí A Tọ́ka Sílẹ̀ (Ìṣẹ́jú 45)

1. Ìjọ́sìn (Ìṣẹ́jú 10)
Jẹ́wọ́ fún Kristi gẹ́gẹ́ bí ẹni tí kò yípadà.
2. Ìjẹ́wọ́ (Ìṣẹ́jú 10–15)
Dárúkọ àwọn ibi tí ó lè múni rẹ̀wẹ̀sì.
3. Agbára (Ìṣẹ́jú 15)
Gbàdúrà fún ìfaradà lábẹ́ ìjákulẹ̀.
4. Ìdúróṣinṣin (Ìṣẹ́jú 5)
Fi ọ̀rọ̀ sọ pé kí o tún jẹ́ olóòótọ́.
Ti sunmọ pẹlu:
"Ó ti pẹ́ jù láti padà sílé."

Àwọn Àkójọ Ìṣe

1. Ṣe àwárí apá kan tí ó ní í ṣe pẹ̀lú ìyípadà ẹ̀mí kí o sì ṣe àtúnṣe rẹ̀ lónìí.
2. Yọ ipa kan ti o nfa ibanujẹ kuro.
3. Sọ ìdúróṣinṣin rẹ sókè lẹ́ẹ̀kan síi kí o tó sùn.
4. Ka Sáàmù 78 àti 2 Tímótì 4.
5. Mu ibawi adura re lagbara ni alẹ oni.

ỌJỌ 30

"A ti Rìn Jù Jù"

Itan Akopọ

Ó ti pinnu tẹ́lẹ̀.
Yóò wàásù ìhìn ìkẹ́yìn kan ṣoṣo.
Lẹ́yìn náà — yóò padà wá.
Ipinnu inu ile ni a ti ṣe.
Kì í ṣe ní gbangba.
Ní ìkọ̀kọ̀.
Ó wàásù níbi ìpàdé pàtàkì kan.
Afẹ́fẹ́ náà lágbára gan-an.
Àwọn ènìyàn sọkún. Wíwà Ọlọ́run ṣí.
Ṣùgbọ́n nínú ọkàn rẹ̀, ó parí èrò sí pé:
"Èyí ni ìhìn iṣẹ́ mi ìkẹyìn."
Lẹ́yìn náà, wọ́n tẹ̀lé e padà sí hòtẹ́ẹ̀lì rẹ̀.
Arakunrin ibeji rẹ̀ ati awọn olori miiran wa nibẹ.
Ó ṣí ìlẹ̀kùn náà.
Ó sì sọ pé Jésù dúró níbẹ̀.
Kì í ṣe àpẹẹrẹ.
Kì í ṣe àròjinlẹ̀. Ó jẹ́ òótọ́ tó bẹ́ẹ̀ tí ó fi ṣubú lábẹ́ agbára.
Àwọn mìíràn nínú yàrá náà nímọ̀lára nǹkan kan.
Ṣùgbọ́n ó rí i.
Àwọn ọ̀rọ̀ náà sì tààrà:
"A ti lọ jìnnà jù. Ó ti pẹ́ jù láti padà."
Àwọn àkókò kan wà tí Ọlọ́run yóò dá ìfàsẹ́yìn ìkọ̀kọ̀ rẹ dúró.
Kò jiyàn.
Ó ránni létí.
O ti rí púpọ̀ jù.
O ti mọ̀ púpọ̀ jù. O ti dé ibi tí ó jìnnà jù.
Ìpadàsẹ́yìn kìí ṣe àìlẹ́ṣẹ̀ mọ́.
Ìṣọ̀tẹ̀ ni.

Àwọn Ìdákọ̀rọ̀ Ìwé Mímọ́

Májẹ̀mú Láéláé

"Ẹ rántí aya Lọ́ọ̀tì."
— Lúùkù 17:32 (tí ó tọ́ka sí Jẹ́nẹ́sísì 19)
Wíwo ẹ̀yìn lè nání ní ìpín.

Májẹ̀mú Tuntun

"Kò sí ẹni tí ó bá fi ọwọ́ rẹ̀ lé ohun ìtúlẹ̀ tí ó sì bojú wo ẹ̀yìn tí ó yẹ fún ìjọba Ọlọ́run."
—Lúùkù 9:62
Iwaju ni majẹmu.
Àfẹ̀yìntì jẹ́ ìforígbárí.

Ẹkọ́

Ọlọ́run kì í dá ọ dúró kí o tó pinnu.
Nígbà mìíràn, Ó máa ń dúró títí tí o fi pinnu —
lẹ́yìn náà ó máa dojúkọ ọ́.
O le ma ri Jesu ninu yara hotẹẹli.
Ṣùgbọ́n ìwọ yóò pàdé àwọn àkókò kan níbi tí ìdánilójú ti sọ̀rọ̀ kedere:
"O kò le padà sí."
Nígbà tí a bá ti fi òtítọ́ hàn jìnlẹ̀,
ìpadàbọ̀ kì í ṣe àìmọ̀kan.
Àìgbọ́ ni.
Ìlà kan wà.
Nígbà tí a bá ti kọjá,
ìpadàsẹ́yìn kò sí ní ààbò mọ́.
Àwọn onígbàgbọ́ kan rò pé àwọn lè rìn kiri láìsí àbájáde kankan.
Ṣùgbọ́n nígbà tí a bá fi èdìdì di májẹ̀mú,
ìpadàbọ̀ yóò pa ọkàn lára.
Àwọn àkókò kan wà níbi tí ọ̀run ti sọ pé:
Ó tó.
Síwájú nìkan.

Àwọn Ìbéèrè Àròjinlẹ̀

1. Ǹjẹ́ mo ti ṣe ìpinnu ìkọ̀kọ̀ láti padà sẹ́yìn?

2. Òtítọ́ wo ni mo ti rí tí ó mú kí pípadà kò ṣeé ṣe?
3. Ibo ni mo ti n wo ẹhin ni ti ẹmi?
4. Kí ni yóò ná ọkàn mi láti padà?
5. Tí Jésù bá pàdé mi ní alẹ́ yìí, kí ló máa sọ?

Dáhùn pẹ̀lú ìmòye ọkàn.

Ìkéde

Dúró kí o sì kéde:
"Ó ti pẹ́ jù fún mi láti padà sẹ́yìn.
Mo ti rí ọ̀pọ̀lọpọ̀ nǹkan. Mo mọ̀ púpọ̀. Májẹ̀mú mi dúró.
Síwájú nìkan."
Tún un ṣe díẹ̀díẹ̀.

Àdúrà Tí A Tọ́ka Sílẹ̀ (Ìṣẹ́jú 45)
1. Ọwọ̀ (Ìṣẹ́jú 10)
Jẹ́wọ́ fún Kristi gẹ́gẹ́ bí Olúwa.
2. Ìjẹ́wọ́ (Ìṣẹ́jú 15)
Jẹ́wọ́ èyíkéyìí ìpadàsẹ́yìn inú.
3. Àtúnṣe ìdúróṣinṣin (Ìṣẹ́jú 15)
Tún ìdúróṣinṣin rẹ ṣe sókè.
4. Ṣíṣe ìdìbò (Ìṣẹ́jú 5)
Pa ilẹ̀kùn náà láti padà wá.
Ti sunmọ pẹlu:
"Ìfẹ́ mi ti di ohun tí a fìdí múlẹ̀."

ỌJỌ KỌKỌRÍ

O ní Iṣẹ́ Àyànfúnni kan

Itan Akopọ

Nínú ìpàdé kan náà yẹn, lẹ́yìn ìjà náà ni wọ́n ti bẹ̀rẹ̀ iṣẹ́.
"Ẹ ní iṣẹ́ kan nínú Ara Kristi."
Kì í ṣe ìtùnú.
Kì í ṣe gbajúmọ̀.
Iṣẹ́ àyànfúnni.
Wọ́n sọ fún un pé kó gbé àsíá sókè.
Láti ru àwọn olùṣọ́ sókè. Láti dún ìkìlọ̀.
Ìwàláàyè kì í ṣe òpin.
Ìpalẹ̀mọ́ ni.
Ìpamọ́ kò sí fún ààbò.
Ó wà fún iṣẹ́ ìsìn.
Tí ọrun bá ń dáàbò bo ẹnìkan leralera,
ó jẹ́ nítorí pé ọrun ń retí ohun kan.
Iṣẹ́ àyànfúnni rọ́pò àìdájú.
Nígbà tí iṣẹ́ náà bá ṣe kedere,
yíyípadà di àìgbọràn.

Àwọn Ìdákọ̀rò Ìwé Mímọ́
Májẹ̀mú Láéláé
"Kí n tó dá ọ ní inú , mo ti mọ̀ ọ́... Mo ti yàn ọ́ gẹ́gẹ́ bí wòlíì fún àwọn orílẹ̀-èdè."
—Jeremiah 1:5
Ìpè ṣáájú ìjà.
Májẹ̀mú Tuntun
"Nítorí àwa ni iṣẹ́ ọwọ́ rẹ̀, tí a dá nínú Kristi Jesu fún iṣẹ́ rere, tí Ọlọ́run ti pèsè tẹ́lẹ̀."
—Efesu 2:10
Ti fipamọ́ fún ète.

Ẹkọ́

Ọpọ̀ àwọn onígbàgbọ́ ló jẹ́ olóòótọ́.
Àwọn díẹ̀ ló mọ̀ọ́mọ̀ ṣe bẹ́ẹ̀.
A kò gbà ọ́ là láti wà láàyè.
O ti gbala lati sin.
Iṣẹ́ àyànfúnni lè má jẹ́ àga ìwàásù.
Ó lè jẹ́ ìdílé. Ó lè jẹ́ iṣẹ́. Ó lè jẹ́ ẹ̀bẹ̀. Ó lè jẹ́ agbára ìdarí.
Ṣugbọn o ni ọkan.
Tí Ọlọ́run bá pa ọ́ mọ́,
ète kan wà níbẹ̀.
Ewu naa kii se pipadanu igbala.
Ewu naa ni fifi iṣẹ-ṣiṣe ṣòfò.

Àwọn Ìbéèrè Àròjinlẹ̀

1. Kí ni iṣẹ́ tí mo yàn fún mi?
2. Níbo ni ẹrù mi ti ń padà sí nígbà gbogbo?
3. Agbègbè ìgbọràn wo ló ń dẹ́rù bà mí?
4. Ṣé mo ti fi ète ṣe nǹkan láìṣe nǹkan kan?
5. Tí mo bá kú tí mo ti mú ohun kan ṣoṣo ṣẹ, kí ni ó yẹ kí ó jẹ́?

Dáhùn láìmọ̀ọ́mọ̀.

Ìkéde

Dúró kí o sì kéde:
"Mo ní iṣẹ́ kan.
Mi ò ní fi ààbò ṣòfò. Èmi yóò gbé ìlànà ga ní ipò mi. Mo gba ẹrù iṣẹ́."
Tún un ṣe dáadáa.

Àdúrà Tí A Tọ́ka Sílẹ̀ (Ìṣẹ́jú 45)

1. Ìjọ́sìn (Ìṣẹ́jú 10)

Bọ̀wọ̀ fún Ọlọ́run gẹ́gẹ́ bí Olùpè.

2. Ìbéèrè (Ìṣẹ́jú 15)

Béèrè ní kedere: "Kí ni iṣẹ́ tí mo yàn?"

3. Jọ̀wọ́ (Ìṣẹ́jú 10)
Fi ìgbésí ayé rẹ fúnni ní kíkún.
4. Ìgboyà (Ìṣẹ́jú 10)
Gbàdúrà fún ìgboyà láti gbọ́ràn.
Ti sunmọ pẹlu:
"Firanṣẹ si mi."

ỌJỌ 32

Àtúntò Ìbáwí Ọjọ́ Méje

Itan Akopọ

Ìdásílẹ̀ àwọn ọmọ ogun ṣiṣẹ́ nítorí pé ó jẹ́ ohun tí a ń ṣe ní àtúnṣe.
Ààwẹ̀ kì í ṣe àṣàyàn.
Ààwẹ̀ jẹ́ ètò. Wọ́n fipá mú kí a gbọ́ràn.
Lẹ́yìn tí wọ́n bá ti juwọ́ sílẹ̀, tí wọn kò bá tún kọ́ ìbáwí náà, ilé àtijọ́ náà ìbá ti gba ilẹ̀ náà padà.
O ko le fi ìfọkànsìn tí kò lágbára rọ́pò ìṣètò tí ó lágbára.
Líle-kìíní ẹ̀mí nílò ètò ìṣiṣẹ́.
Ìwàláàyè láìsí ètò ń fa ìparun ọjọ́ iwájú.
Nítorí náà, ìbáwí gbọ́dọ̀ jẹ́ àmọ̀ọ́mọ̀.
Kì í ṣe ohun tí kò ṣe kedere.
Kì í ṣe ìmọ̀lára.
Wọ́n wọn.
A dáàbò bo.
Tún ṣe.

Àwọn Ìdákọ̀rò Ìwé Mímọ́
Májẹ̀mú Láéláé
"Nígbà náà ni Dáníẹ́lì... ó padà sílé... ó sì kúnlẹ̀ lórí eékún rẹ̀ nígbà mẹ́ta ní ọjọ́ náà, ó gbàdúrà, ó sì dúpẹ́ níwájú Ọlọ́run rẹ̀, gẹ́gẹ́ bí ìṣe rẹ̀ láti ìgbà àtijọ́."
—Dáníẹ́lì 6:10.
Crisis kò fagilé àṣà.
Májẹ̀mú Tuntun
"Máa kọ́ ara rẹ fún ète ìwà-bí-Ọlọ́run."
—1 Tímótì 4:7
Ìwà-bí-Ọlọ́run kì í dàgbà láìròtẹ́lẹ̀.

Àwòṣe Àtúntò Ọjọ́ Méje

Èyí kìí ṣe òfin.
Ó ń tún ìpìlẹ̀ ṣe.
Fun awọn ọjọ 7 to nbo:

1 Wákàtí Àdúrà Tí A Ti Dá Lójúkan

Wákàtí kan tí kò ní ìdíwọ́ lójoojúmọ́.
Kéré jù.
Kò ṣeé dúnàádúrà.
Lo ilana iṣẹju 60:

- ìjọsìn 30
- 10 ìjọba-aláṣẹ
- 10 ìrònúpìwàdà
- Òfin 10

Kò sí iṣẹ́ púpọ̀.

2 Ìkún Ìwé Mímọ́

Ka ìwé ìhìnrere kan ní gbogbo ọjọ́ méje.
Kì í ṣe láìròtẹ́lẹ̀.
Ṣe àfihàn. Fí ìsàlẹ̀.
Kọ àwọn àkíyèsí.

3 Ìwádìí Ìwà Títọ́

Ní gbogbo alẹ́, máa béèrè pé :

- Ṣé ìgbésí ayé mi ti ara ẹni bá ìjẹ́wọ́ mi mu?
- Níbo ni mo ti gbàgbọ́?
- Ǹjẹ́ mo ṣe ìgbọràn kíákíá?

Kọ àwọn ìdáhùn kúkúrú.

4 Ìbáwí Ọrọ̀

Kò sí àròyé.
Kò sí àròyé. Kò sí àṣejù.
Ọjọ́ méje ti ìdènà ọ̀rọ̀.

5 Ààwẹ̀

Ó kéré tán, ààwẹ̀ kan tí a mọ̀ọ́mọ̀ gbà ní ọjọ́ méje náà.
Kì í ṣe àṣà.
Mòmọ̀ọ́mọ̀.

6 Idinku oni-nọmba

Din ariwo ku.
Dín àwọn ohun èlò ìròhìn kù.
Dín yíyí kiri kù.
Máa kíyèsí àkíyèsí.

7 Ìdáhùn Ojoojúmọ́

Sọ fún ẹni tí o fọkàn tán.
Ìròyìn parí lójoojúmọ́.

Ẹkọ́

Ìyípadà nípa tẹ̀mí jẹ́ ohun tí kò ṣe kedere.
Ìbáwí jẹ́ àmọ̀ọ́mọ̀.
Tí o kò bá tún ṣe àtúnṣe,
o máa padà sẹ́yìn.
koko náà ń lọ sílẹ̀. Ìtùnú ń rọ́.
Àdéhùn ń lọ lọ́wọ́.
Ṣùgbọ́n ìró ìlù máa ń mú kí etí padà bọ̀ sípò.
Ọjọ́ méje tí a bá fẹ́ ṣe àtúnṣe sí i,
ó lè mú kí ìmọ̀lára padà sípò.

Àwọn Ìbéèrè Àròjinlẹ̀

1. Níbo ni ìbáwí mi ti dínkù?
2. Àwọn ìwà wo ló nílò àtúnṣe lẹ́sẹ̀kẹsẹ̀?
3. Ṣé mo fẹ́ dáàbò bo wákàtí kan lójoojúmọ́?
4. Ìpínyà ọkàn wo ni a gbọ́dọ̀ mú kúrò?
5. Ta ló lè dá mi lẹ́bi?

Dáhùn ní ìṣe.

Ìkéde

Dúró kí o sì kéde:
"Mo yan ìgbàgbọ́ oníwà-ìbàjẹ́.
Mo kọ ẹ̀sìn Kristẹni lásán. Èmi yóò tún ètò kọ́. Èmi kì yóò yọ̀."
Tún un ṣe díẹ̀díẹ̀.

Àdúrà Tí A Tọ́ka Sílẹ̀ (Ìṣẹ́jú 45)
1. Ìjọ́sìn (Ìṣẹ́jú 10)
Bọ̀wọ̀ fún Ọlọ́run gẹ́gẹ́ bí ẹni tí ó yẹ fún ìfọkànsìn tí a bá wí.
2. Ìrònúpìwàdà (Ìṣẹ́jú 10)
Jẹ́wọ́ àwọn ibi tí ọlẹ wà.
3. Ìtòlẹ́sẹẹsẹ (Ìṣẹ́jú 15)
Béèrè fún agbára láti parí ìtúntò náà.
4. Fífi èdìdì dì (Ìṣẹ́jú 10)
Fi ohùn sókè fún ọjọ́ méje tó tẹ̀lé e.
Ti sunmọ pẹlu:
"Emi yoo pari atunto yii."

Àwọn Àkójọ Ìṣe
1. Kọ ìtòlẹ́sẹẹsẹ ọjọ́ méje rẹ síbí yìí.
2. Mú ìpínyà ọkàn pàtàkì kan kúrò lẹ́sẹ̀kẹsẹ̀.
3. Sọ fún alábàáṣiṣẹpọ̀ rẹ nípa iṣẹ́ náà.
4. Bẹ̀rẹ̀ ní òwúrọ̀ ọla láìsí ìdádúró.
5. Ipari orin naa han gbangba.

ỌJỌ 33

Ìkéde Ìfọkànsìn

Itan Akopọ

Ó kọjá àwọn ìlà.
Láti inú ìgbàgbọ́ tí a jogún sí
ìgbàgbọ́ tí a fi sílẹ̀.
Láti ìṣẹ̀dá
sí ìforígbárí.
Láti inú inúnibíni
sí ìpamọ́.
Láti inú ìdánwò
sí iṣẹ́ àṣẹ.
Láti ìṣẹ́gun
sí ìbáwí.
Ní àkókò kan, ìdúróṣinṣin kò ní jẹ́ ìmọ̀lára inú mọ́.
Ó di ohun tí a kéde ní májẹ̀mú.
Nígbà tí àwọn ọmọ ogun bá ṣèlérí ìdúróṣinṣin,
a máa ń sọ ọ́.
Nígbà tí a bá dá àwọn májẹ̀mú nínú Ìwé Mímọ́,
wọ́n máa ń sọ ọ́ di mímọ̀.
Ìdúróṣinṣin gbọ́dọ̀ jẹ́ èyí tí a lè sọ ní pàtó.
Nítorí ohun tí o kò bá sọ,
o máa tún ṣe àdéhùn.

Àwọn Ìdákọ̀rò Ìwé Mímọ́
Májẹ̀mú Láéláé
"Ní tèmi àti ilé mi, Olúwa ni àwa yóò máa sìn."
—Jóṣúà 24:15
Ìkéde gbogbogbòò fi ìdí ìpinnu ìkọ̀kọ̀ múlẹ̀.

Májẹ̀mú Tuntun
"Bí ìwọ bá fi ẹnu rẹ jẹ́wọ́ Jésù Olúwa, tí o sì gbàgbọ́ nínú ọkàn rẹ, a ó gbà ọ́ là."
—Róòmù 10:9
Ìgbàgbọ́ inú.
Ìjẹ́wọ́ ní òde.

Ẹkọ́
O ko le sẹsẹ ti o ba kede majẹmu ni kedere.
Ṣùgbọ́n tí ìpinnu rẹ kò bá tíì ṣe kedere,
ó sì ṣeé dúnàádúrà.
Ìkéde ìfọkànsìn ṣe àwọn nǹkan mẹ́rin:

1. Ó ṣàlàyé ìdámọ̀.
2. Ó ti ìfàsẹ́yìn dé.
3. Ó pa ìjíròrò lẹ́nu mọ́.
4. Ó gbé ìgbésẹ̀ kalẹ̀.

Ọtá kò lè dán ohun tí a fi èdìdì dì wò ní pẹ̀lẹ́pẹ̀lẹ́.
O gbọdọ sọ kedere:
Ẹni tí o jẹ́ ti.
Ohun tí o kọ̀. Ohun tí o bá ṣe ìlérí fún. Ohun tí o kò ní ṣe àdéhùn.

Ìkéde Ìfọkànsìn
Dúró.
Sọ èyí lọ́ra:
"Èmi jẹ́ ti Jésù Kristi.
Ìdúróṣinṣin mi ti parí. Èmi kì yóò padà sí ìforígbárí. Èmi kì yóò gbé ìgbé ayé tí ó pínyà. Èmi yóò gbé ìlànà ga ní ìgbésí ayé mi. Èmi yóò rìn nínú ìbáwí. Mo gba iṣẹ́ tí a yàn fún mi. Mo kọ àgàbàgebè. Èmi kò kọ̀ láti fà sẹ́yìn. A pa ẹ̀mí mi mọ́ fún ète. Síwájú nìkan."
Dákẹ́ dúró.
Tún ṣe é lẹ́ẹ̀kan síi.

Àwọn Ìbéèrè Àròjinlẹ̀

1. Ǹjẹ́ mo ti fi ọ̀rọ̀ ẹnu sọ pé mo jẹ́ olóòótọ́ rí?
2. Agbègbè wo nínú ìgbésí ayé mi ni mo ṣì ń ṣe àdéhùn?

3. Ṣé àwọn ìwà ojoojúmọ́ mi bá ìpolongo mi mu?
4. Ta ló mọ̀ pé ìdúróṣinṣin mi ti parí?
5. Tí a bá dán an wò ní gbangba, ṣé màá dúró?

Kọ ọ́ kedere.

Àdúrà Tí A Tọ́ka Sílẹ̀ (Ìṣẹ́jú 45)

1. Ìjọ́sìn (Ìṣẹ́jú 10)

Bọ̀wọ̀ fún Kristi gẹ́gẹ́ bí Olúwa.

2. Ìkéde (Ìṣẹ́jú 10)

Tún ìdúróṣinṣin rẹ sọ sókè.

3. Jọ̀wọ́ (Ìṣẹ́jú 15)

Sọ ọjọ́ iwájú rẹ, àwọn ètò rẹ, àti àwọn àfojúsùn rẹ fún ọ.

4. Ìdìdì (Ìṣẹ́jú 10)

Béèrè lọ́wọ́ Ẹmí Mímọ́ láti fún májẹ̀mú lágbára.

Ti sunmọ pẹlu:

"Ìfẹ́ mi ti di ohun tí a fìdí múlẹ̀."

Àwọn Àkójọ Ìṣe

1. Kọ ìkéde ìdúróṣinṣin rẹ sínú ìwé àkọsílẹ̀ rẹ.
2. Sọ ọ lojoojumọ fun ọjọ meje.
3. Sọ fún ẹnìkan tí ó sún mọ́ ọ nípa ìlérí rẹ.
4. Yọ adehun kan kuro lẹsẹkẹsẹ.
5. Tun ṣe àbẹ̀wò ìkéde yìí lóṣooṣù

ỌJỌ 34

Dídúró ní Aláṣẹ

Itan Akopọ

Lẹ́yìn tí wọ́n bá ti fi ara wọn sílẹ̀.
Lẹ́yìn inúnibíni.
Lẹ́yìn ìtọ́jú.
Lẹ́yìn ìgbìmọ̀.
Aṣẹ kò sí mọ́ ní ti èrò orí.
Nígbà tí ìbọn kò parí rẹ̀.
Nígbà tí àwọn olùṣọ́ ń ṣọ́ ọ.
Nígbà tí ó ń bá ìwàásù rẹ̀ lọ lábẹ́ ewu.
Aṣẹ di ohun ti o han gbangba.
Kò pariwo.
Ṣùgbọ́n ó ti yanjú.
Aṣẹ kì í ṣe iwọn didun.
Aṣẹ ni ibamu.
O kò ní gba àṣẹ nípa kíké.
O gba aṣẹ nipasẹ fifun ara rẹ.

Àwọn Ìdákọ̀rò Ìwé Mímọ́
Májẹ̀mú Láéláé
"Ẹ wò ó, mo ti fún yín ní àṣẹ... lórí gbogbo agbára ọ̀tá."
— Lúùkù 10:19 (ìmúṣẹ ìlànà àṣẹ àsọtẹ́lẹ̀)
(A ṣe àfikún pẹ̀lú èyí ṣùgbọ́n a fi OT kún un ní kedere :)
"Nígbà náà ni Dáfídì wí fún Filísínì náà pé... Mo ń bọ̀ wá sí ọ̀dọ̀ rẹ ní orúkọ Olúwa àwọn ọmọ ogun."
— 1 Sámúẹ́lì 17:45
Aṣẹ da lori majẹmu.

Májẹ̀mú Tuntun

"Gbogbo àṣẹ ni a ti fi fún mi… Nítorí náà, lọ."
— Mátíù 28:18–19
Aṣẹ n jade lati ọdọ Kristi — kìí ṣe ara ẹni.

Ẹkọ́

Oríṣi àwọn onígbàgbọ́ méta ló wà:

1. Àwọn onígbàgbọ́ tí kò ní àṣẹ — ẹ̀rù àti ìfèsìpadà.
2. Àwọn onígbàgbọ́ tí wọ́n ń fara wé aláṣẹ — àwọn tí wọ́n ń pariwo ṣùgbọ́n tí wọn kò dúró ṣinṣin.
3. Àwọn onígbàgbọ́ tí wọ́n ń rìn ní àṣẹ — ìdákẹ́jẹ́ẹ́ ṣùgbọ́n tí a kò lè ṣí.

Aṣẹ otitọ wa lati:

- Ẹrí ọkàn mímọ́.
- Ìgbọràn tí ó dúró ṣinṣin.
- Igbesi aye adura ti a ṣeto.
- Ìdúróṣinṣin tí a fi èdìdì dì.
- Pípé iṣẹ́ àyànfúnni.

O ko le lé ẹ̀rù jáde tí o bá ń gbé ní ìpínyà.
O ko le duro ṣinṣin ti o ba n ba ara rẹ ṣòwò ni ikọkọ.
Aṣẹ bá ìjọba ọ̀run mu.
A sì lo àṣẹ nípasẹ̀:

- Àwọn ọ̀rọ̀.
- Àwọn ìpinnu.
- Àwọn ààlà.
- Wíwà.

Àwọn Ìbéèrè Àròjinlẹ̀

1. Ǹjẹ́ mo lóye àṣẹ ẹ̀mí mi?
2. Níbo ni mo ti lè máa bẹ̀rù nígbà tí mo bá yẹ kí n dúró ṣinṣin?
3. Ǹjẹ́ ìforígbárí kan wà tí ó ń sọ ìgbẹ́kẹ̀lé mi di aláìlágbára?
4. Ǹjẹ́ mo lo àṣẹ lọ́nà tó bójú mu?
5. Ǹjẹ́ ìgbésí ayé àdúrà mi ń ṣàfihàn ẹnìkan tí ó mọ ipò rẹ̀?

Dáhùn òótọ́.

Ìkéde
Dúró kí o sì kéde:
"Mo dúró lábẹ́ àṣẹ Kristi.
Mo dúró pẹ̀lú ìjọba ọ̀run. Èmi kì yóò fà sẹ́yìn. Èmi kì yóò lo àṣẹ nílòkulò. Mo ń rìn nínú ìgbẹ́kẹ̀lé oníwà rere."
Tún ṣe dáadáa.

Àdúrà Tí A Tọ́ka Sílẹ̀ (Ìṣẹ́jú 45)
1. Ìjọ́sìn (Ìṣẹ́jú 10)
Bọ̀wọ̀ fún Kristi gẹ́gẹ́ bí Ọba.
2. Ìtòlẹ́sẹẹsẹ (Ìṣẹ́jú 15)
Gbàdúrà fún ọkàn mímọ́ àti ìwà títọ́.
3. Ìjẹ́rìí (Ìṣẹ́jú 10)
Kéde Ìwé Mímọ́ lórí ìgbésí ayé rẹ.
4. Ojuse (Iseju 10)
Beere fun ogbon lati gbe ipo agbara pelu irẹlẹ.
Ti sunmọ pẹlu:
"Mo dúró ṣinṣin."

Àwọn Àkójọ Ìṣe

1. Ṣe àfihàn agbègbè kan tí o gbọ́dọ̀ lo àṣẹ ẹ̀mí.
2. Yọ gbogbo ìdènà tí ó bá sọ ipò rẹ di aláìlera kúrò.
3. Sọ Ìwé Mímọ́ nípa àyíká rẹ.
4. Mu ibawi adura re lagbara loni.
5. Rìn ní ìmọ̀ nípa ìdámọ̀ rẹ nínú Kristi.

ỌJỌ 35

Ìfaradà Ju Lílekoko lọ

Itan Akopọ

Iná náà le gan-an.
Ìran náà gbóná janjan.
Ìpàdé ilé ìtura náà le gan-an.
Ibọn naa le gan-an.
Ìsákúrò náà pọ̀ gan-an.
Ṣùgbọ́n agbára náà jẹ́ fún ìgbà díẹ̀.
Ìfaradà jẹ́ gbogbo ayé.
Lẹ́yìn tí àwọn ìròyìn bá pòórá.
Lẹ́yìn tí àwọn aṣọ́bodè bá déédé, ewu náà á dínkù. Lẹ́yìn tí àwọn ènìyàn bá ń tẹ̀síwájú.
Àwọn ọjọ́ lásán ni ó kù fún ọ.
Àti pé ọjọ́ lásán ni ó ń pinnu ìgbà pípẹ́.
Ọpọ̀lọpọ̀ bẹ̀rẹ̀ pẹ̀lú agbára.
Díẹ̀ ló dúró ṣinṣin.
Ìfaradà kì í ṣe ohun ìyanu.
Àtúnsọ ni.

Àwọn Ìdákọ̀rò Ìwé Mímọ́
Májẹ̀mú Láéláé
"Ẹ jẹ́ kí a fi ìfaradà sá eré ìje tí a gbé ka iwájú wa."
—Hébérù 12:1
Ere-ije kii ṣe ere-ije ti o yara.
(Ó ṣe àfihàn ìfaradà Májẹ̀mú Àtijọ́ tí a mú ṣẹ nínú Kristi.)
Bakannaa:
"Bí ó tilẹ̀ pẹ́, dúró dè é."
—Habakkuk 2:3
Ìdádúró ń dán ìfaradà wò.

Májẹ̀mú Tuntun

"Ẹni tí ó bá faradà títí dé òpin ni a ó gbàlà."
—Mátíù 24:13
Kì í ṣe ẹni tí ó bẹ̀rẹ̀ sí í pariwo.
Ẹni tí ó fara dà á.

Ẹkọ́
Ìfaradà ni a kọ nipasẹ:

- Àdúrà ojoojúmọ́.
- Ìgbọràn tí ó dúró ṣinṣin.
- Kíkọ̀ láti ṣe ohun tí kò tọ́.
- Ṣíṣọ́ ọkàn rẹ.
- Dídáàbòbò ìwẹ̀mọ́.
- Dídúró ní gbígbẹ́.

Ìwólulẹ̀ nípa tẹ̀mí kìí sábà ṣẹlẹ̀ lójijì.
Ó máa ń bàjẹ́ díẹ̀díẹ̀.
Ìfaradà ń dáàbò bo ìpè.
O kò ní fara dà á nípa ìmọ̀lára.
O farada pẹlu ìlù.
O kò ní fara dà á nípa ìyìn gbogbogbò.
O farada ìbáwí ìkọ̀kọ̀.
Tí o kò bá le yege ìrẹ̀wẹ̀sì,
o kò le yege fún ìgbà pípẹ́.

Àwọn Ìbéèrè Àròjinlẹ̀

1. Ǹjẹ́ mo ń wá agbára ju ìdúróṣinṣin lọ?
2. Báwo ni mo ṣe máa ń dáhùn nígbà tí ìtara bá pòórá?
3. Àwọn ẹ̀ka wo ló ń dáàbò bo ìrìn mi fún ìgbà pípẹ́?
4. Ṣé mo ń kọ́ àwọn ìwà tó lè pẹ́ tó ogún ọdún?
5. Tí inúnibíni bá tún padà bọ̀ lọ́la, ṣé màá ṣì dúró?

Dáhùn jinlẹ̀.

Ìkéde
Dúró kí o sì kéde:
"Èmi yóò fara dà á.
Mi ò ní jó. Mi ò ní yọ́.
Èmi yóò dúró ṣinṣin.
Ìgbàgbọ́ mi wà fún ìgbà pípẹ́."

Tún un ṣe díẹ̀díẹ̀.

Àdúrà Tí A Tọ́ka Sílẹ̀ (Ìṣẹ́jú 45)
1. Ìjọ́sìn (Ìṣẹ́jú 10)
Bọ̀wọ̀ fún Kristi gẹ́gẹ́ bí olóòótọ́.
2. Agbára (Ìṣẹ́jú 15)
Béèrè fún agbára ẹ̀mí.
3. Ààbò (Ìṣẹ́jú 10)
Gbàdúrà lòdì sí ìṣísẹ̀ díẹ̀díẹ̀.
4. Ìfarajìn (Ìṣẹ́jú 10)
Fi ara rẹ fún ìgbọràn gígùn.
Ti sunmọ pẹlu:
"Mo máa parí rẹ̀ dáadáa."

Àwọn Àkójọ Ìṣe

1. Mu ilana igba pipẹ kan lagbara.
2. Yọ ilana kan ti o yori si sisun.
3. Sinmi mọọmọ láìsí ìfàsẹ́yìn nípa ti ẹ̀mí.
4. Ka Heberu 12 laiyara.
5. Ṣètò ọjọ́ ọgbọ̀n rẹ nípa tẹ̀mí.

ỌJỌ 36

Ìwà Mímọ́ Gẹ́gẹ́ Bí Ààbò

Itan Akopọ

Àwọn ibọn kò pa á run.
Ìhalẹ̀mọ́ni kò pa á lẹ́nu mọ́.
Àtakò kò ba a jẹ́.
Ṣùgbọ́n ohun kan tó léwu jù lè ba gbogbo nǹkan jẹ́ ní ìdákẹ́jẹ́ẹ́:
Ìfohùnṣọ̀kan ìkọ̀kọ̀.
Kò sí olùgbàlejò tó lè dáàbò bò ọ́ lọ́wọ́ ẹ̀ṣẹ̀ ìkọ̀kọ̀.
Kò sí ìdásí ààrẹ tó lè pa ìwà rere mọ́.
Kò sí ìsákúrò nílé ìwòsàn tó lè wo ìbàjẹ́ ìwà rere sàn.
Ewu ti o tobi julọ kii ṣe lati ita rara.
Ó jẹ́ ìfọ́ ara.
Ìwà mímọ́ kì í ṣe òfin.
Ààbò tẹ̀mí ni.
Tí ẹ̀rí ọkàn bá mọ́,
àṣẹ máa ń lágbára.
Nígbà tí ọkàn bá pín sí méjì,
ìgbẹ́kẹ̀lé máa ń dínkù.
Ọtá náà kùnà nípasẹ̀ ìwà ipá.
Ó máa gbìyànjú ìwà ìbàjẹ́.

Àwọn Ìdákọ̀rò Ìwé Mímọ́
Májẹ̀mú Láéláé
"Ta ni ó lè gun orí òkè Olúwa lọ? … Ẹni tí ó ní ọwọ́ mímọ́ àti ọkàn mímọ́."
— Sáàmù 24:3–4
Wíwọlé nílò mímọ́.

Májẹ̀mú Tuntun

"Ẹ máa lépa… ìjẹ́mímọ́, láìsí èyí tí ẹnikẹ́ni kò ní rí Olúwa."
—Hébérù 12:14
Ìwà mímọ́ kì í ṣe àṣàyàn.

Ẹkọ́

Ìwà mímọ́ ń dáàbò bo ní ọ̀nà mẹ́ta:

1. Ó ń pa àṣẹ mọ́.
2. Ó dáàbò bo ìgbẹ́kẹ̀lé.
3. Ó ní ipa lórí ìrandíran.

Inúnibíni lè gbé ọ ga.
Ẹṣẹ̀ yóò sọ ọ́ di aláìlẹ́bi.
Àwọn ìtàn ìbànújẹ́ jùlọ kìí ṣe àwọn tí wọ́n kọlù.
Àwọn ni àwọn tí a pa mọ́ — ṣùgbọ́n tí wọ́n gbàgbọ́ lẹ́yìn náà.
Ìwà mímọ́ kì í ṣe nípa ìbẹ̀rù.
Ó jẹ́ nípa títọ́kasí.
Ó ń dáàbòbò:

- Ìgbéyàwó rẹ.
- Iṣẹ́ ìránṣẹ́ rẹ.
- Àwọn ọmọ rẹ.
- Ipa rẹ.
- Àlàáfíà rẹ.

Ìwà mímọ́ ni ìṣọ́ra ojoojúmọ́.
Kì í ṣe agbára lẹ́ẹ̀kọ̀ọ̀kan.

Àwọn Ìbéèrè Àròjinlẹ̀

1. Ǹjẹ́ ìforígbárí kankan wà nínú ìgbésí ayé mi?
2. Irú ìwà ìkọ̀kọ̀ wo ló lè sọ agbára mi di aláìlágbára?
3. Ṣé ìfarahàn yóò ba ìgbẹ́kẹ̀lé mi jẹ́?
4. Ṣé mo ń fi ọwọ́ kékeré mú ìwà mímọ́?
5. Àwọn ààlà wo ni mo gbọ́dọ̀ mú lágbára sí i?

Dáhùn láìsí ìṣe.

Ìkéde

Dúró kí o sì kéde:
"Mo ń lépa ìwà mímọ́.
Ìgbésí ayé mi yóò mọ́. Mo ń ṣọ́ ọkàn mi. Mo ń kọ̀ ìfọ̀rọ̀wérọ̀ ìkọ̀kọ̀. Ìwà mímọ́ ń dáàbò bo iṣẹ́ mi."
Tun ṣe laiyara.

Àdúrà Tí A Tọ́ka Sílẹ̀ (Ìṣẹ́jú 45)
1. Ìjọ́sìn (Ìṣẹ́jú 10)
Bọ̀wọ̀ fún Ọlọ́run gẹ́gẹ́ bí ẹni mímọ́.
2. Ìdánwò (Ìṣẹ́jú 15)
Béèrè fún ìfihàn ìforígbárí tí a fi pamọ́.
3. Ìrònúpìwàdà (Ìṣẹ́jú 10)
Jẹ́wọ́ ní pàtó.
4. Ààbò (Ìṣẹ́jú 10)
Béèrè fún agbára láti dáàbò bo ẹ̀mí rẹ.
Ti sunmọ pẹlu:
"Ṣọ́ ọkàn mi."

Àwọn Àkójọ Ìṣe
1. Mú ipa kan tí ó lè ba nǹkan jẹ́ kúrò lónìí.
2. Mu ojuse lagbara.
3. Má ṣe fi ọgbọ́n ṣọ́ ìgbésí ayé ìrònú rẹ.
4. Ka Sáàmù 24 lọ́ra.
5. Jẹ́ kí ààlà kan má ṣe dúnàádúrà.

ỌJỌ 37

Ohun tí Ìfaradà Rẹ Ń Gbé Kún

Itan Akopọ

Ìtàn náà kìí ṣe nípa ìwàláàyè nìkan.
Ó jẹ́ nípa ohun tí a kọ́ lẹ́yìn ìwàláàyè.
Iṣẹ́ ìránṣẹ́ náà tẹ̀síwájú.
Ṣọ́ọ̀ṣì ni a dá sílẹ̀.
Àwọn agbègbè tí ó ní ipa lórí.
El- Buba Outreach Ministries International (EBOMI) dúró gẹ́gẹ́ bí ìtẹ̀síwájú tí a ṣètò.
Ìdílé ṣì ń jẹun papọ̀ — tí ìsìn pín sí méjì ṣùgbọ́n tí ìkórìíra kò pín sí méjì.
Àwọn ìbátan Mùsùlùmí àti Kristẹni wà ní orí tábìlì kan.
Iṣẹ́ ìsìn sí àwọn agbègbè tí ọ̀pọ̀ àwọn olùrànlọ́wọ́ ṣì jẹ́ Mùsùlùmí.
Àwọn ilé ìwé.
Àtìlẹ́yìn iṣẹ́ àgbẹ̀. Ìtọ́jú àwọn tálákà àti àwọn aláìní. Ọpọ̀lọpọ̀ kì í ṣe Kristẹni.
Ìfaradà ń kọ́ àwọn afárá.
Ìwà mímọ́ ń dáàbò bo ìgbẹ́kẹ̀lé.
Ìdúróṣinṣin máa ń mú kí a gbẹ́kẹ̀lé ara wa.
Ipa iran nilo iduroṣinṣin.
O kò kọ́ ogún nípasẹ̀ agbára.
O kọ́ ọ nípasẹ̀ ìfaradà.

Àwọn Ìdákọ̀rò Ìwé Mímọ́
Májẹ̀mú Láéláé
"Ìran kan yóò máa yin iṣẹ́ rẹ fún ẹlòmíràn."
—Sáàmù 145:4
Ìgbàgbọ́ gbọ́dọ̀ fi hàn.
Májẹ̀mú Tuntun

"Àwọn nǹkan tí ìwọ ti gbọ́ láti ọ̀dọ̀ mi… fi wọ́n lé àwọn ènìyàn olóòótọ́ lọ́wọ́, tí wọn yóò lè kọ́ àwọn ẹlòmíràn pẹ̀lú."
—2 Tímótì 2:2
Ìran mẹ́rin nínú ẹsẹ kan.

Ẹkọ́
Ìfaradà rẹ kì í ṣe fún ìwọ nìkan.
Ó kọ́:

- Iduroṣinṣin fun awọn ọmọ rẹ.
- Gbẹ́kẹ̀lé àwùjọ rẹ.
- Igbẹkẹle ni awọn agbegbe ti o pin.
- Àwọn ìpìlẹ̀ fún ipa.

Tí o bá ṣubú ní ìwà rere,
ìran tó ń bọ̀ yóò san án.
Tí o bá fara dà á pẹ̀lú òtítọ́,
ìran tó ń bọ̀ yóò lágbára sí i.
Ìwà mímọ́ máa ń gbé ogún ró.
Ìfaradà máa ń fa agbára ìdarí.
Igbesi aye re ko ya sọtọ.
Ó jẹ́ ti ìrandíran.

Àwọn Ìbéèrè Àròjinlẹ̀

1. Kí ni àwọn ọmọ mi yóò jogún láti inú ìrìn mi?
2. Irú àpẹẹrẹ ẹ̀mí wo ni mò ń kọ́?
3. Ṣé ìfaradà mi ń fún àwọn ẹlòmíràn lókun?
4. Tí mo bá dáwọ́ dúró lónìí, ogún wo ló kù?
5. Ta ló ń kọ́ ẹ̀kọ́ láti inú ìdúróṣinṣin mi?

Dáhùn pẹ̀lú ìtara.

Ìkéde
Dúró kí o sì kéde:
"Ìgbésí ayé mi yóò kọ́ agbára ìran kan.
Èmi kì yóò ṣubú. Èmi yóò fara dà á pẹ̀lú òtítọ́. Ìgbọ́ràn mi yóò yè ju mi lọ."
Tún ṣe dáadáa.

Àdúrà Tí A Tọ́ka Sílẹ̀ (Ìṣẹ́jú 45)

1. Ọpẹ́ (Ìṣẹ́jú 10)
Ẹ dúpẹ́ lọ́wọ́ Ọlọ́run fún ipa tí ẹ ní lórí ìgbésí ayé yín.
2. Ìran (Ìṣẹ́jú 15)
Gbàdúrà fún ìdúróṣinṣin ìran tó ń bọ̀.
3. Ààbò (Ìṣẹ́jú 10)
Béèrè lọ́wọ́ Ọlọ́run láti dáàbò bo ogún rẹ.
4. Iṣẹ́ Àṣẹ (Ìṣẹ́jú 10)
Fi ara rẹ fún ṣíṣe iṣẹ́ náà dáadáa.

Ti sunmọ pẹlu:
"Ìgbọràn mi yóò pọ̀ sí i."

ỌJỌ 38

Ìfọkànsìn tí ó farasin nínú àwọn ètò gbogbogbòò

Itan Akopọ

Lẹ́yìn ìfarabalẹ̀.
Lẹ́yìn ìnilára. Lẹ́yìn ìyọrísí.
Kò parẹ́ sí ìdádúró.
Kò fi gbogbo ara rẹ̀ sílẹ̀ kúrò ní àwọn agbègbè Musulumi.
Ìdílé náà pín sí méjì ní ti ẹ̀sìn —
ṣùgbọ́n wọn kò pín sí méjì ní ti ìbáṣepọ̀.
Wọ́n ṣì ń jẹun papọ̀.
Ìyá mi ti ṣiṣẹ́ ní ilé kan náà rí kí ó tó di pé gbogbo iṣẹ́ bẹ̀rẹ̀.
Arákùnrin mi ti yípadà nígbà tí ó ṣì wà nínú ilé.
Àní lónìí:
Nípasẹ̀ ìdàgbàsókè àti ìsapá àwọn olùdásílẹ̀,
ọ̀pọ̀lọpọ̀ àwọn olùjẹun tí a ń sìn jẹ́ Mùsùlùmí.
Àwọn ilé ìwé.
Ilẹ̀ àgbẹ̀. Ìrànlọ́wọ́ fún àwọn aláìní.
Iṣẹ́ ìsìn kò ní àdéhùn lórí ìyípadà.
Ìdúróṣinṣin yípadà.
Wíwà níbẹ̀ ṣì wà.
Ìdàgbàsókè ètò ni èyí.

Àwọn Ìdákọ̀rò Ìwé Mímọ́
Májẹ̀mú Láéláé

"Bẹ̀ẹ̀ ni ó sì rí, nígbà tí Náámánì padà… ó wí pé… nínú ọ̀rọ̀ yìí kí Olúwa dáríjì ìránṣẹ́ rẹ: nígbà tí ọ̀gá mi bá lọ sí tẹ́ḿpìlì Rímónì … tí mo sì tẹrí ba."
—2 Àwọn Ọba 5:18.
Ìdúróṣinṣin Náámánì yípadà.
Àyíká rẹ̀ kò yí padà lẹ́sẹ̀kẹsẹ̀.
Bakannaa:
"Dáfídì gbé pẹ̀lú Ákíṣì ọba Gátì."
—1 Sámúẹ́lì 27:3
Ọkùnrin májẹ̀mú.
Ilẹ̀ àjèjì.

Májẹ̀mú Tuntun

"Ọkùnrin kan wà lára àwọn Farisí tí orúkọ rẹ̀ ń jẹ́ Nikodemu..."
—Johannu 3:1
Ìdúróṣinṣin tó farasin.
Àkókò tó gbòòrò.
Àti:
"Jósẹ́fù ará Arimatíyà… ọmọ-ẹ̀yìn Jésù, ṣùgbọ́n ní ìkọ̀kọ̀ nítorí ìbẹ̀rù àwọn Júù."
—Jòhánù 19:38
Fipamọ́ kò túmọ̀ sí àìnígbàgbọ́.

Ẹkọ́

Kìí ṣe gbogbo ìgbọràn ló máa ń pariwo.
Kìí ṣe gbogbo ìfọkànsìn ló nílò ìyọkúrò lẹ́sẹ̀kẹsẹ̀.
Àwọn iṣẹ́ kan nílò:

- Wíwà ní ọ̀nà ọgbọ́n.
- Ìtẹ̀síwájú ìbáṣepọ̀.
- Ọgbọ́n èrò ọkàn.
- Sùúrù.

Tí gbogbo àwọn tó yí padà bá fi àyíká sílẹ̀ lẹ́sẹ̀kẹsẹ̀, afárá yóò wó lulẹ̀.
Jíjẹ́ ọmọ-ẹ̀yìn tí a fi pamọ́ kì í ṣe ìfọ́wọ́sí —
bí a bá yanjú ìfọ́wọ́sí ọkàn.
Ewu naa ni ìdúróṣinṣin ti a pin si apakan.
Ṣùgbọ́n ìdúróṣinṣin tí a ti pinnu le wà nínú àwọn ètò tí ó díjú.

Èyí nílò ìdàgbàsókè.
Kì í ṣe àìní ààbò.

Àwọn Ìbéèrè Àròjinlẹ̀

1. Ṣé wọ́n pè mí láti fà sẹ́yìn — tàbí kí n dúró ní ọ̀nà ọgbọ́n?
2. Ṣé wíwà mi ní àwọn àyíká kan lè fa ìpalára tàbí iṣẹ́ tí a yàn fún mi?
3. Ǹjẹ́ mo mọ̀ ìyàtọ̀ láàárín ìbẹ̀rù àti ọgbọ́n?
4. Nibo ni mo ti le ni ipa laisi ikede?
5. Ṣé ìdúróṣinṣin mi ti parí ní inú mi?

Dáhùn dáadáa.

Ìkéde

Dúró kí o sì kéde:
"Ìdúróṣinṣin mi ti parí.
Wíwà mi yóò jẹ́ ètò. Èmi kò ní ṣe àdéhùn. Èmi yóò ní ipa ọgbọ́n lórí rẹ̀. Èmi yóò dúró níbi tí iṣẹ́ bá nílò."
Tun ṣe laiyara.

Àdúrà Tí A Tọ́ka Sílẹ̀ (Ìṣẹ́jú 45)
1. Ìjọ́sìn (Ìṣẹ́jú 10)
Bọ̀wọ̀ fún Ọlọ́run gẹ́gẹ́ bí ọba ní gbogbo àyíká.
2. Ìfòyemọ̀ (Ìṣẹ́jú 15)
Béèrè fún àlàyé ibi tí o lè dúró sí àti ibi tí o lè sá lọ fún òye.
3. Ìwà títọ́ (Ìṣẹ́jú 10)
Gbàdúrà fún ìdúróṣinṣin tí ó dúró ṣinṣin nínú àwọn ètò ìjọba.
4. Iṣẹ́ Àṣẹ (Ìṣẹ́jú 10)
Fi ara rẹ fún ipò pàtàkì.
Ti sunmọ pẹlu:
"Fi mi si ọgbọn."

Àwọn Àkójọ Ìṣe

1. Ṣe àwárí àwọn àyíká tí ó yẹ kí o wà ní iyọ̀ àti ìmọ́lẹ̀.
2. Yọ gbogbo àyíká tó lè fa ìbàjẹ́ kúrò.

3. Mu igbagbọ inu lagbara ṣaaju ipa gbogbogbo.
4. Ṣe àyẹ̀wò Náámánì àti Níkódémù dáadáa.
5. Gbadura fun ọgbọn ninu awọn ipo ti o ya sọtọ.

A ti wa ni eti bayi.
Ọjọ́ 39 yóò di májẹ̀mú náà mú pátápátá.
Ọjọ́ 40 ni yóò ṣe iṣẹ́.

ỌJỌ 39

Májẹ̀mú Ìdúróṣinṣin

Itan Akopọ

Ó rékọjá láti inú ìgbàgbọ́ tí a jogún sí ìgbàgbọ́ tí a yàn.
Ó dojúkọ iná.
Ó dojúkọ àwọn ìbọn.
Ó dojúkọ ìjákulẹ̀.
Ó dojúkọ ìdẹwò láti padà wá.
Wọ́n dojúkọ ọ́ — "A ti lọ jìnnà jù."
Wọ́n yàn án — "O ní iṣẹ́ kan."
Ó tún ìwà rere ṣe.
Ó dúró lábẹ́ ààbò.
Ó wà níbẹ̀ ní àwọn ibi tí ó pín sí méjì.
Ohun tó kù báyìí ni èyí:
Májẹ̀mú.
Kì í ṣe ìmọ̀lára.
Kì í ṣe ìrírí.
Àdéhùn.
Jákèjádò Ìwé Mímọ́, nígbà tí àwọn ènìyàn rìn jinlẹ̀ pẹ̀lú Ọlọ́run, wọ́n fi ìdí májẹ̀mú múlẹ̀.
Jóṣúà kéde rẹ̀.
Dáfídì dáàbò bò ó.
Dáníẹ́lì ṣọ́ ọ.
Pọ́ọ̀lù parí rẹ̀ lábẹ́ rẹ̀.
Àdéhùn ti parí ìjíròrò.

Àwọn Ìdákọ̀rò Ìwé Mímọ́

Májẹ̀mú Láéláé

"Nígbà náà ni Joṣua bá àwọn ènìyàn náà dá májẹ̀mú ní ọjọ́ náà..."

—Joṣua 24:25

Ìpinnu di dandan.

Bakannaa:

"Nítorí náà, ẹ mọ̀ pé OLUWA Ọlọrun yín ni Ọlọrun, Ọlọrun olóòótọ́ tí ó ń pa majẹmu mọ́…"

(Deuteronomi 7:9)

Ọlọ́run bu ọlá fún májẹ̀mú.

Májẹ̀mú Tuntun

"Ago yii ni majẹmu tuntun ninu ẹ̀jẹ̀ mi…"

—Luku 22:20

Ìdúróṣinṣin tí a fi ẹbọ dì.

Àti:

"Mo ti ja ìjà rere náà, mo ti parí eré ìje náà, mo ti pa ìgbàgbọ́ mọ́."

—2 Tímótì 4:7

Májẹ̀mú náà dúró títí dé òpin.

Ẹkọ́

Májẹ̀mú kì í ṣe ìtara.

Ó jẹ́ èrò ìdènà.

Ó dáhùn ìbéèrè mẹ́rin:

1. Ta ni mo jẹ́?
2. Kí ni mo kọ̀?
3. Kí ni mo fi ṣe ìlérí fún?
4. Kí ni n kò ní tún ṣe àdéhùn rẹ̀ láé?

Láìsí májẹ̀mú, ìbáwí a máa pòórá.

Láìsí májẹ̀mú, ìfaradà a máa rẹ̀wẹ̀sì.

Láìsí májẹ̀mú, ìwà mímọ́ a máa dúnàádúrà.

Májẹ̀mú ń ṣe àtúnṣe ìdámọ̀.

Èyí kìí ṣe nípa ìṣe.

Ó jẹ́ nípa ìdúróṣinṣin tí a ti pinnu.

Ìwọ náà jẹ́:

Nígbà mîìrán, a fi ara mọ́
tàbí a fi ara mọ́ májẹ̀mú.
Májẹ̀mú la àwọn ìjì kọjá.

Gbólóhùn Májẹ̀mú náà
Ìwọ yóò kọ èyí ní ọ̀rọ̀ ara rẹ.
Ṣugbọn eto naa wa nibi:
"Mo jẹ́ ti Jesu Kristi pátápátá.
Ìdúróṣinṣin mi jẹ́ ti ẹnikẹ́ni. Mo kọ ìdúróṣinṣin tí ó pín sí méjì sílẹ̀. Mo kọ ìforígbárí tí ó farasin sílẹ̀ sílẹ̀. Mo gba iṣẹ́ mi. Mo fi ara mi fún ìfọkànsìn tí ó ní ìbáwí. Mo fi ara mi fún ìfọkànsìn mímọ́. Mo fi ara mi fún ìfaradà. Èmi kì yóò padà sí àwọn àpẹẹrẹ àtijọ́. Mo fi èdìdì di májẹ̀mú yìí níwájú Ọlọ́run."
Kọ ọ́.
Fi ọwọ́ sí i.
Ṣe ọjọ́ fún un.
Pa á mọ́.

Àwọn Ìbéèrè Àròjinlẹ̀

1. Ǹjẹ́ ìgbàgbọ́ mi jẹ́ ti májẹ̀mú tàbí ti ìmọ̀lára?
2. Kí ni mo ti fi sílẹ̀ láìsí àlàyé nínú ìpinnu mi?
3. Agbègbè wo ni ó ṣì ń ṣe àdéhùn lábẹ́ ìfúnpá?
4. Ǹjẹ́ mo lóye pé májẹ̀mú ní ìjìhìn?
5. Tí a bá dán an wò ní gbangba, ṣé májẹ̀mú yìí yóò dúró?

Dáhùn pẹ̀lú ọgbọ́n.

Àdúrà Tí A Túnṣe (Ìṣẹ́jú 60 Lónìí)
1. Ìjọ́sìn (Ìṣẹ́jú 15)
Bọ̀wọ̀ fún Ọlọ́run gẹ́gẹ́ bí olùpa májẹ̀mú mọ́.
2. Idanwo (Iṣẹju 15)
Beere fun alaye ni gbogbo agbegbe igbesi aye.
3. Ìkéde (Ìṣẹ́jú 15)
Ka májẹ̀mú rẹ sókè lọ́ra.
4. Ìdìdì (Ìṣẹ́jú 15)
Béèrè lọ́wọ́ Ẹmí Mímọ́ láti fún ìpinnu rẹ lágbára.
Ti sunmọ pẹlu:

"Májẹ̀mú mi dúró."

Àwọn Àkójọ Ìṣe

1. Kọ kí o sì fọwọ́ sí àdéhùn rẹ lónìí.
2. Yọ adehun kan kuro lẹsẹkẹsẹ.
3. Pin majẹmu rẹ pẹlu onigbagbọ kan ti o gbẹkẹle.
4. Ṣe àtúnyẹ̀wò oṣooṣù ti májẹ̀mú yìí.
5. Ka Joṣua 24 ati Luku 22 laiyara.

A ti dé ààlà ìkẹyìn báyìí.
Ọjọ́ 40 kì yóò jẹ́ àròjinlẹ̀.
Yoo jẹ́ iṣẹ́ àgbékalẹ̀.
Yoo pejọ:

- Iná
- Ìpamọ́
- Iṣẹ́ Àyànfúnni
- Ìbáwí
- ìfaradà
- Ìwà Mímọ́
- Májẹ̀mú

Kí o sì tú ọ sílẹ̀ síwájú.

ỌJỌ 40

Wọ́n fi iṣẹ́ lé wọn lọ́wọ́ lábẹ́ iná

Férémù Ìtàn

Bàbá kan gbé idà sókè.
Ìyá kan gbàdúrà nínú ilé kan náà.
Wọ́n kọlu arákùnrin kan, wọ́n sì dáàbò bò ó.
Ọmọkùnrin kan rí iná láti ọrun tó kọ lu olùkọ́ rẹ̀.
Ó rí ọrun àpáàdì.
Ó rí ọrun — ìlú ẹlẹ́wà náà.
Ó yege ibọn.
Irin lu ori rẹ̀.
Ẹjẹ̀ ṣàn.
Wọ́n gbà pé ó ti kú.
A pa á mọ́.
Àwọn ẹlẹ́sìn ṣọ́ ọ.
Ààrẹ kan ṣètò bí a ṣe lè kó àwọn ènìyàn kúrò nílé ìwòsàn.
Wọ́n ṣe àyẹ̀wò rẹ̀ — kò sí ìbàjẹ́ kankan.
Ó fẹ́rẹ̀ẹ́ padà wá.
Wọ́n dojúkọ ọ́ — "A ti lọ jìnnà jù."
Wọ́n yàn án — "O ní iṣẹ́ kan."
Ó kọ́ ìwà rere.
Ó kọ àgàbàgebè sílẹ̀.
Ó fara dà á.
Ó dúró ní mímọ́.
Ó fi èdìdì di májẹ̀mú.
Ohun tó kù báyìí ni èyí:
Ìwọ.

Àwọn Ìdákọ̀rò Ìwé Mímọ́

Májẹ̀mú Láéláé

"Èmi nìyí. Rán mi."

— Aísáyà 6:8

Ìpàdé gbọ́dọ̀ mú kí a fi ránṣẹ́.

Májẹ̀mú Tuntun

"Gẹ́gẹ́ bí Baba ti rán mi, bẹ́ẹ̀ ni èmi náà rán yín."

—Jòhánù 20:21

Ìpamọ́ di iṣẹ́ àkànṣe.

Ẹkọ́ Ìkẹyìn

Ìrìn àjò ọjọ́ ogójì yìí kò dá lórí ìgbóríyìn.
Ó jẹ́ nípa ìyípadà.
Kì í ṣe nípa ìtàn àròsọ.
Ṣugbọn nipa tito lẹtọ.
Iná náà jẹ́ òótọ́.
Inúnibíni náà jẹ́ òótọ́.
Ìdẹwò náà jẹ́ òótọ́.
Ìpamọ́ náà jẹ́ òótọ́.
Ṣùgbọ́n òtítọ́ tó ga jùlọ nìyí:
Ọlọ́run ń gbé ọ̀run àti ayé lọ fún ẹ̀mí kan ṣoṣo tí ó fi ara rẹ̀ fún.
Tí o bá ti mọ̀ọ́mọ̀ rìn ní ọjọ́ 40 yìí:
Ìwọ kì í ṣe ọ̀kan náà.
O ti ni oye bayi:

- Ìdúróṣinṣin jẹ́ ohun tó ṣe pàtàkì.
- Ìwà mímọ́ ń dáàbòbò.
- Ìbáwí máa ń dúró.
- Ìfaradà ṣe pàtàkì.
- Àwọn èdìdì májẹ̀mú.
- Iṣẹ́ àyànfẹ́ ń béèrè ìgbésẹ̀.

O ko le pari irin-ajo yii ki o si wa ni alaiṣedeede.
Igbìmọ̀ kì í ṣe àṣàyàn.
Ó jẹ́ àbájáde àdánidá ti ìfarabalẹ̀.

Gbólóhùn Ìgbìmọ̀
Dúró.
Sọ èyí lọ́ra:
"A fi agbára mú mi.
Èmi yóò gbé ìgbé ayé ìbáwí. Èmi yóò rìn nínú ìwà mímọ́. Èmi yóò fara dà á pẹ̀lú ìṣòtítọ́. Èmi yóò gbé ìlànà ga. Èmi yóò ní ipa lórí ọgbọ́n. Èmi kì yóò padà wá. Ìdúróṣinṣin mi ti di. Iṣẹ́ mi ti ń ṣiṣẹ́. Rán mi."
Dákẹ́ dúró.
Sọ ọ́ lẹ́ẹ̀kan síi.

Àròjinlẹ̀ Kí Ó Tó Tú Sílẹ̀

1. Kí ló ti yípadà nínú mi ní ọjọ́ ogójì yìí?
2. Ìbáwí wo ló gbọ́dọ̀ wà tí a kò lè dúnàádúrà?
3. Iṣẹ́ wo ni mo gbọ́dọ̀ lépa lẹ́sẹ̀kẹsẹ̀?
4. Àyíká wo ni mo gbọ́dọ̀ ní ipa lórí?
5. Tí inúnibíni bá padà wá, ṣé màá dúró?

Kọ àwọn ìdáhùn rẹ.

Àdúrà Ìkẹyìn Tí A Tẹ̀lé (Ìṣẹ́jú 60)
1. Ìjọ́sìn (Ìṣẹ́jú 15)
Bọ̀wọ̀ fún Kristi gẹ́gẹ́ bí Olúwa ìgbésí ayé rẹ.
2. Ọpẹ́ (Ìṣẹ́jú 10)
Dúpẹ́ lọ́wọ́ Rẹ̀ fún ìpamọ́.
3. Ìyàsímímọ́ (Ìṣẹ́jú 15)
Fi ara rẹ, àkókò rẹ, àti àwọn ohun ìní rẹ fún ọ.
4. Àdúrà (Ìṣẹ́jú 10)
Gbàdúrà fún ẹnìkan láti pàdé Kristi.
5. Iṣẹ́ Àṣẹ (Ìṣẹ́jú 10)
Gba iṣẹ́ rẹ ní ẹnu.
Ti sunmọ pẹlu:
"Mo n lọ siwaju."

Awọn Igbesẹ Igbese Ikẹhin

1. Ṣe abojuto eto ojoojumọ fun iṣẹju 60.
2. Ṣe àtúnyẹ̀wò májẹ̀mú rẹ lóṣooṣù.

3. Ẹ ṣọ́ ìwà mímọ́.
4. Kọ awọn miiran.
5. Dúró ní ìjíhìn.
6. Kọ ìyípadà.
7. Pari daradara.

Owo Ipari

O ko nilo ina lati orun.
O ko nilo ibọn lati fi idi ipe han.
O ko nilo alabosi lati jẹrisi iṣẹ iyansilẹ naa.
O nilo:
Ìdúróṣinṣin tí a ti pinnu. Ìbáwí
tí a gbé kalẹ̀. Ìwà mímọ́ tí ó dúró ṣinṣin. Ìfaradà tí kò dúró ṣinṣin.
Ọrun n yọ lori ọkan.
Jẹ́ ẹni náà.
Iwaju nikan.

Ojú ìwé pípẹ́

Iṣẹ́ Ìkẹyìn sí Olùkàwé

O ti rìn la iná já.
O ti rí i:
Ìbínú bàbá kan.
Ìbẹ̀bẹ̀ ìdákẹ́jẹ́ ìyá kan. Arákùnrin kan fẹ́rẹ̀ pa á. Olùkọ́ni tí ìdádúró ọ̀run ti jẹ run. Ìran ọ̀run àpáàdì kan. Ìran ìlú wúrà ọ̀run. Àwọn ọta ibọn. Ẹjẹ̀. Ìpamọ́. Àwọn ẹlẹ́sìn. Ìgbìmọ̀. Ìbáwí. Ìwà Mímọ́. Májẹ̀mú.
Ṣùgbọ́n ìwé yìí kò sọ̀rọ̀ nípa ọkùnrin kan ṣoṣo rárá.
Ó jẹ́ nípa ìdúróṣinṣin.
Ó dá lórí ohun tó máa ń ṣẹlẹ̀ nígbà tí òtítọ́ bá dá àṣà dúró.
Ó dá lórí ohun tọ́ máa ń yè nígbà tí iná bá rọ̀.
Ó jẹ́ nípa ohun tó ṣẹ́kù nígbà tí àwọn ènìyàn bá ń fi ohùn pẹ̀lẹ́pẹ̀lẹ́ pa dà sílé.
Tí o bá ti dé ibi tí o dé yìí, o kò tún jẹ́ olùwòran mọ́.
O ni yoo jiyin fun ohun ti o ti mo bayi.
Ọrun ń gbéra fún ọ̀kan.
Jẹ́ ẹni náà.
Má ṣe gba ìgboyà.
Kọ́ ọ.
Má ṣe kẹ́kọ̀ọ́ nípa ẹ̀kọ́.
Ṣe àṣàrò rẹ̀.
Má ṣe ṣe ayẹyẹ ìwà mímọ́.
Tẹ̀lé e.
Má ṣe sọ̀rọ̀ nípa májẹ̀mú.
Dí i mú.
A kò pè ọ́ láti gbé ìgbésí ayé lásán.
A pe ọ lati gbe ni oye.
Iwaju nikan.

ÌPÈ SÍ ÌGBÉSẸ

Ajọṣepọ fun Ikore

Bí o ṣe ń parí ìwé yìí, a pè ọ́ láti gbé ìrìn àjò náà síwájú—kì í ṣe nínú ìgbésí ayé rẹ nìkan, ṣùgbọ́n sínú ìgbésí ayé àìmọye ọkàn káàkiri àwọn orílẹ̀-èdè.
Tí àwọn ìránṣẹ́ láti ọ̀dọ̀ God's Eagle Ministries (GEM) bá ti fún ọ lókun, jí, tàbí tún ọkàn rẹ ṣe, a fi ìrẹ̀lẹ̀ bẹ̀ ọ́ pé kí o ronú nípa ṣíṣe **àjọṣepọ̀ pẹ̀lú wa pẹ̀lú àdúrà fún ìṣẹ́rè náà** . Ayé ń fẹ́ òtítọ́, ìrètí, àti ohùn pẹ̀lẹ́pẹ̀lẹ́ tí kò ṣe kedere ti Ẹmí Mímọ́, a sì lè fi àwọn ìránṣẹ́ wọ̀nyí sí ibi tí a nílò wọn jùlọ.
A gbàgbọ́ pé àwọn ìròyìn jẹ́ ju ìmọ̀ ẹ̀rọ lọ—ó jẹ́ **àwọn ẹ̀mí** tí a ń gbé sínú àwọn orílẹ̀-èdè, àwọn abúlé, àwọn ìlú ńlá, àti àwọn ibi ìkọ̀kọ̀. Nípasẹ̀ fíìmù, fídíò, rédíò, àti iṣẹ́ ìránṣẹ́ ẹ̀rọ-ìbánisọ̀rọ̀, GEM ń dé ọ̀dọ̀ àwọn ènìyàn tí wọ́n lè má wọ inú ìjọ, ṣùgbọ́n tí ọkàn wọn ṣí sílẹ̀ láti pàdé Kristi alàààyè.

Àjọṣepọ̀ rẹ ràn wá lọ́wọ́:

1. Ṣe agbejade akoonu Fiimu ati Fidio ti o kun fun ẹmi.
Àwọn ìtàn àti ẹ̀kọ́ tí ó ń woni sàn, tí ó ń fúnni ní ìṣírí, tí ó sì ń fi ìfẹ́ Jésù hàn ní ọ̀nà tí ó ṣe kedere, tí ó lè báni dọ́gba, tí ó sì ń yí ìgbésí ayé padà.

2. Gbé Ìhìnrere náà káàkiri lórí rédíò
Gbígbé Ọ̀rọ̀ Ọlọ́run lọ sí àwọn ọgbà ẹ̀wọ̀n, ilé ìwòsàn, àwọn agbègbè ìgbèríko, àti àwọn ibi tí kò sí ìkànnì ayélujára tí ìrètí kò pọ̀ tó, tí òtítọ́ sì ṣeyebíye.

3. Fẹ̀síwájú sí àwọn ìpolówó ìkọ́ni àti ẹ̀kọ́ nípa àwọn ẹ̀rọ ìbánisọ̀rọ̀ àwùjọ wa

Àwọn ìjọ́sìn ojoojúmọ́, àdúrà, àti ẹ̀kọ́ tí ó ń fún àwọn onígbàgbọ́ lókun, tí ó ń mú ìdílé padà bọ̀ sípò, tí ó sì ń fún àwọn ọmọ-ẹ̀yìn ní agbára kárí ayé.

Ìdí Tí Àtìlẹ́yìn Rẹ Fi Ṣe Pàtàkì

Gbogbo ìhìn tí a bá tú jáde di irúgbìn ìmọ́lẹ̀.
Gbogbo ẹ̀kọ́ di ìyípadà. Gbogbo ìṣe ọ̀làwọ́ di ara ìkórè àgbáyé ti Ọlọ́run.
Ìfúnni rẹ ń ran iṣẹ́ ìránṣẹ́ yìí lọ́wọ́ láti dé ọ̀dọ̀ àwọn ọkàn tí a lè má rí lórí ilẹ̀ ayé, ṣùgbọ́n dájúdájú a ó pàdé ní ayérayé. Kò sí iye pàtó kan—fúnni bí Olúwa bá ṣe ń darí rẹ nìkan. Gbogbo ẹ̀bùn, yálà ńlá tàbí kékeré, ló ń kó ipa nínú ìdàgbàsókè Ìjọba náà.

Láti ṣe alábàáṣiṣẹpọ̀ tàbí fúnni:
PayPal:
https://www.paypal.com/ncp/payment/D6NEFW56KG8LU
Tithe.ly:
https://tithe.ly/give?c=308311

Flutterwave –
https://flutterwave.com/donate/bbkpkokehxlw

Gbogbo Awọn ọna fifunni:
https://www.otakada.org/partnership-giving
Ẹ ṣeun fún dídúró pẹ̀lú wa.
Ẹ ṣeun fún fífúnrúgbìn sínú ìkórè. Ẹ ṣeun fún ríràn wá lọ́wọ́ láti mú ìhìnrere Kristi wá sí àwọn orílẹ̀-èdè.
Kí Olúwa bùkún fún ọ lọ́pọ̀lọpọ̀, kí ó mú ọ pọ̀ sí i lọ́pọ̀lọpọ̀, kí ó sì mú gbogbo irúgbìn tí o bá gbìn fún ògo Rẹ̀ pọ̀ sí i.
Ní orúkọ ńlá Jésù, Àmín.

—Ambassador Monday O. Ogbe , Zacharias Godseagle ; Itunu Ladi Olùdásílẹ̀ Ogbe

, God's Eagle Ministries (GEM)

www.otakada.org

Báwo ni a ṣe lè di àtúnbí àti bíbẹ̀rẹ̀ ìgbé ayé tuntun pẹ̀lú Kristi

Bóyá o ti rìn pẹ̀lú Jésù tẹ́lẹ̀, tàbí bóyá o ṣẹ̀ṣẹ̀ pàdé Rẹ̀ ní gbogbo ọjọ́ ogójì yìí. Ṣùgbọ́n ní báyìí, ohun kan nínú rẹ ń ru sókè.
O ti ṣetán fún ohun tó ju ẹ̀sìn lọ.
O ti ṣetán fún **ìbáṣepọ̀** .
O ti ṣetán láti sọ pé, "Jésù, mo nílò rẹ."
Èyí ni òtítọ́:
"Nítorí gbogbo ènìyàn ló ti ṣẹ̀; gbogbo wa ni a kùnà sí ìwọ̀n ògo Ọlọ́run… síbẹ̀ Ọlọ́run, nínú oore-ọ̀fẹ́ Rẹ̀, sọ wá di olódodo ní ojú Rẹ̀ lọ́fẹ̀ẹ́."
—Róòmù 3:23–24 (NLT)
O ko le jo'gun igbala.
O ko le tun ara re se. Sugbon Jesu ti san gbogbo owo naa — O si n duro de lati gba o lalejo.
Báwo Ni A Ṣe Lè Tún Dì?
Dídi àtúnbí túmọ̀ sí fífi ẹ̀mí rẹ lé Jésù lọ́wọ́ — gbígbà ìdáríjì Rẹ̀, gbígbàgbọ́ pé Ó kú, Ó sì jíǹde, àti gbígbà Á gẹ́gẹ́ bí Olúwa àti Olùgbàlà rẹ.
Ó rọrùn. Ó lágbára. Ó ń yí ohun gbogbo padà.
Gbadura Èyí Kúrò:
"Jesu Oluwa, mo gbagbo pe O je Omo Olorun. Mo gbagbo pe O ku fun ese mi o si tun jinde. Mo jewo pe mo ti se ese ati pe mo nilo idariji Re. Loni, mo ronupiwada mo si yipada kuro ninu awon ona atijo mi. Mo pe O sinu aye mi lati je Oluwa ati Olugbala mi. Wẹ mi mọ. Fi Emi Re kun mi. Mo kede pe mo ti di atunbi, a dariji mi, mo si ni ominira. Lati oni lo, emi yoo tele O — emi yoo si gbe ni ipase Re. O ṣeun fun igbala mi. Ni oruko Jesu, amin."
Àwọn Ìgbésẹ̀ Tó Tẹ̀lé Lẹ́yìn Ìgbàlà

1. **Sọ fún Ẹnìkan** – Pin ìpinnu rẹ pẹ̀lú onígbàgbọ́ tí o gbẹ́kẹ̀lé.
2. **Wa Ìjọ Tí A Fi Bíbélì Kọ́ni** – Dara pọ̀ mọ́ àwùjọ tí ó ń kọ́ni ní Ọ̀rọ̀ Ọlọ́run tí ó sì ń gbé e ró. Ṣèbẹ̀wò sí àwọn iṣẹ́ ìsìn Idì Ọlọ́run lórí ayélujára nípasẹ̀ https://www.otakada.org tàbí https://chat.whatsapp.com/H67spSun32DDTma8TLh0ov
3. **Ṣe Ìrìbọmi** – Gbé ìgbésẹ̀ tó tẹ̀lé ní gbangba láti polongo ìgbàgbọ́ rẹ.
4. **Ka Bibeli lojoojumo** – Bẹ̀rẹ̀ pẹlu Ihinrere Johanu.
5. **Gbadura Lojoojumo** – Ba Olorun soro gege bi ore ati Baba.
6. **Dúró ní Ìsopọ̀mọ́ra** – Yí ara rẹ ká pẹ̀lú àwọn ènìyàn tí wọ́n ń fún ọ níṣìírí láti rìn ìrìn tuntun rẹ.
7. **Bẹ̀rẹ̀ Ìlànà Ìsìn ọmọ-ẹ̀yìn láàrín àwùjọ** – Dá àjọṣepọ̀ kan-sí-ọ̀kan pẹ̀lú Jésù Kristi pọ̀ nípasẹ̀ àwọn ìjápọ̀ wọ̀nyí

Ìjẹ́ ọmọ-ẹ̀yìn ọjọ́ ogójì 1 - https://www.otakada.org/get-free-40-days-online-discipleship-course-in-a-journey-with-jesus/
Ìjẹ́ Ọmọ-ẹ̀yìn 40 2 - https://www.otakada.org/get-free-40-days-dna-of-discipleship-journey-with-jesus-series-2/

Àkókò Ìgbàlà Mi

Ọjọ́ : ______________________

Ìfọwọ́sowọ́pọ̀ : ______________________

"Bí ẹnikẹ́ni bá wà nínú Kristi, ó jẹ́ ẹ̀dá tuntun; àtijọ́ ti kọjá lọ, tuntun ti dé!"

—2 Kọ́ríńtì 5:17.

Ìwé Ẹrí Ìgbésí Ayé Tuntun Nínú Kristi

Ìkéde Ìgbàlà – A tún bí nípa oore-ọ̀fẹ́
Èyí jẹ́rìí sí i pé

____

_
(Akokun Oruko)
ti kede **igbagbo ninu Jesu Kristi**
gege bi Oluwa ati Olugbala ni gbangba o si ti gba ebun ofe igbala nipasẹ iku ati ajinde Re.
"Bí ìwọ bá jẹ́wọ́ ní gbangba pé Jesu ni Olúwa tí o sì gbàgbọ́ ní ọkàn rẹ pé Ọlọ́run jí i dìde kúrò nínú òkú, a ó gbà ọ́ là."
—Róòmù 10:9.
Ní ọjọ́ yìí, ọ̀run yóò yọ̀, ìrìnàjò tuntun yóò sì bẹ̀rẹ̀.
Ọjọ́ Ìpinnu : __________________________

Ìfọwọ́sowọ́pọ̀ : _______________________________

Ìkéde Ìgbàlà
"Lónìí, mo fi ẹ̀mí mi lé Jésù Kristi lọ́wọ́.
Mo gbàgbọ́ pé Ó kú fún ẹ̀ṣẹ̀ mi, Ó sì tún jíǹde. Mo gbà á gẹ́gẹ́ bí Olúwa àti Olùgbàlà mi. A dáríjì mí, a tún bí mi, a sì sọ mí di tuntun. Láti ìsinsìnyí lọ, èmi yóò máa rìn ní ìṣísẹ̀ Rẹ̀."
Ẹ káàbọ̀ sí ìdílé Ọlọ́run!
Orúkọ rẹ ni a kọ sínú Ìwé Ìyè Ọdọ́ Àgùntàn.
Ìtàn rẹ ṣẹ̀ṣẹ̀ bẹ̀rẹ̀ — ó sì jẹ́ ayérayé.

Sopọ̀ mọ́ àwọn iṣẹ́ ìránṣẹ́ idì Ọlọ́run

- Oju opo wẹẹbu: www.otakada.org
- Àwọn Ìsọ̀rí Ọrọ̀ Kúrò Nínú Àníyàn: www.wealthbeyondworryseries.com
- Imeeli: ambassador@otakada.org

- **Ṣe atilẹyin fun iṣẹ yii:**

Ṣe atilẹyin fun awọn iṣẹ akanṣe ijọba, awọn iṣẹ apinfunni, ati awọn orisun agbaye ọfẹ nipasẹ fifunni ti o darí majẹmu.

Ṣe ìwòye kóòdù QR láti fúnni

https://tithe.ly/give?c=308311

Ìwà ọlàwọ́ yín ń ràn wá lọ́wọ́ láti dé ọ̀dọ̀ àwọn ènìyàn púpọ̀ sí i, láti túmọ̀ àwọn ohun èlò, láti ṣètìléyìn fún àwọn míṣọ́nnárì, àti láti kọ́ àwọn ètò ẹ̀kọ́ ní gbogbo àgbáyé. Ẹ ṣeun!

Olùkọ̀wé BIO

Nipa Onkowe – Anabi Dokita Isa El-Buba Sadiq

Wolii Dokita Isa El- Buba Sadiq ni oludasile ati adari Evangelical Biblical Outreach Ministries International (EBOMI), ti o wa ni ilu Jos, Ipinle Plateau, Nigeria.
Nígbà tí ó ti kọ́ ẹ̀kọ́ jinlẹ̀ nínú ìṣẹ̀dá ẹ̀sìn Islam, ìgbésí ayé rẹ̀ yípadà pátápátá lẹ́yìn àwọn ìpàdé àtọ̀runwá tí ó yí ìdúróṣinṣin àti iṣẹ́ rẹ̀ padà.
Lónìí, nípasẹ̀ EBOMI (www.ebomi.org), ó ń mú kí àwọn onígbàgbọ́ máa rìn nínú ìfọkànsìn, ìwà mímọ́, àti ojúṣe àsọtẹ́lẹ̀ gẹ́gẹ́ bí olùṣọ́ ní ìran wọn.
Ipa ti iṣẹ-iranṣẹ naa kọja awọn odi ile ijọsin. Nipasẹ awọn ipilẹṣẹ lati ọdọ awọn eniyan, awọn eto ẹkọ, agbara iṣẹ-ogbin, ati abojuto awọn talaka ati awọn alaini - ọpọlọpọ ninu wọn si wa ni Musulumi - iṣẹ naa ṣe afihan iṣẹ-iranṣẹ ti o da lori igbagbọ laisi ikorira.
Láìka inúnibíni, ìgbìyànjú ìpànìyàn, àti ìhalẹ̀mọ́ni sí, ó ń tẹ̀síwájú láti gbé àwọn ìlànà ẹ̀mí ga nígbà tí ó ń kọ́ afárá láàrín àwọn àwùjọ tí ó pínyà — títí kan láàrín ìdílé rẹ̀ tí ó gbòòrò.
Ó sì jẹ́jẹ̀ẹ́ láti tún àwọn àmì àtijọ́ ṣe, láti fún àwọn olùṣọ́ lókun, àti láti pe àwọn onígbàgbọ́ sí ẹ̀sìn Kristẹni tí a ti kọ́ ní àkókò tí ó ti bàjẹ́.
Fun Awọn Ti o fẹ lati kopa ninu ajọṣepọ
Evangelical Biblical Outreach Ministries International (EBOMI)
Ile-iṣẹ: No. 1 Kashim Ibrahim Street, Jos, Plateau State, Nigeria
Imeeli: ebomiglobal@gmail.com Foonu: 08082538837
A le rii awọn alaye ati awọn ọna ikopa ni gbangba nipasẹ oju opo wẹẹbu osise ti ile-iṣẹ naa.
Igbimọ naa fi ara rẹ han gbangba bi:

"Iṣẹ́ ìránṣẹ́ aláṣeyọrí, àsọtẹ́lẹ̀, àti àṣẹ tí a fi ara rẹ̀ fún ìtànkálẹ̀ Ìhìnrere àti yíyí ìgbésí ayé padà."

Sakariah Godseagle

Òǹkọ̀wé • Olùkọ́ • Aṣáájú Aríran

Sakariah Godseagle jẹ́ olùkọ́ni onítara nínú Ọrọ̀ náà àti ohùn tí ó ní òye sí Ara Kristi. Nítorí pé ó ní oore-ọ̀fẹ́ àrà ọ̀tọ̀ fún òye ẹ̀mí, Sakariah ń ṣe ìránṣẹ́ pẹ̀lú òye, ìjìnlẹ̀ àsọtẹ́lẹ̀, àti ìfẹ́ ọkàn láti rí àwọn onígbàgbọ́ tí wọ́n ń rìn nínú ìwà mímọ́, ìwà-bí-Ọlọ́run, àti ìfarajìn tòótọ́ fún Kristi.

Gẹ́gẹ́ bí alábáṣiṣẹpọ̀ nínú iṣẹ́ God's Eagle Ministries (GEM), ó kó ipa pàtàkì nínú ṣíṣe àkójọpọ̀ ẹ̀kọ́ ọmọ-ẹ̀yìn, ìmọ́lẹ̀ ìwé mímọ́, àti ìfọ̀rọ̀wérọ̀ tí ó dá lórí àwọn ìròyìn tí ó kan ìgbésí ayé ní gbogbo àálà oní-nọ́ńbà àti ti ara. Àwọn ìwé rẹ̀ dá lórí ìyípadà inú, ìgbọràn, àti ìmúpadàbọ̀sípò Kristi sí ìtẹ́ ọkàn onígbàgbọ́.

Ìdánilójú lásán ni ó ń darí Sakariah: **nígbà tí ọkàn bá dọ́gba, àyànmọ́ yóò dọ́gba.**

Ó ń tẹ̀síwájú láti dé ọ̀dọ̀ àwọn ènìyàn kárí ayé nípasẹ̀ ẹ̀kọ́, ìtọ́sọ́nà, àti àwọn iṣẹ́ àgbékalẹ̀ tí ó kún fún ẹ̀mí.

Aṣojú Ọjọ́ Ajé O. Ogbe

Òǹkọ̀wé • Olùbánisọ̀rọ̀ Míṣọ́nnárì • Olùdásílẹ̀, Iṣẹ́ Ìránṣẹ́ God's Eagle (GEM)

Aṣoju Monday Oreojo Ogwuojo Ogbe ni oludasile **God's Eagle Ministries (GEM)** — ise apinfunni agbaye kan pelu ase lati "so awon eniyan po mo Olorun nipase Oro Re." A mo o fun ife gidigidi re fun otito, itan-akọọlẹ ẹdun, ati eko asotele, o nse iranse jakejado awon orile-ede nipa kikọ, gbigbasilẹ fidio, ṣiṣe fiimu, ihinrere oni-nọmba, ati jijẹ ọmọ-ẹhin.

Pẹ̀lú ìmọ̀ nípa ìdarí, ìròyìn àti iṣẹ́ ìránṣẹ́, Ambassador Monday ní ìfàmọ́ra àṣà-ìṣẹ̀dá tí ó ń dún láti Áfíríkà sí Éṣíà, Amẹ́ríkà, Yúróòpù, àti Ààrín Gbùngbùn Ìlà-Oòrùn. Àwọn ẹ̀kọ́ rẹ̀ dojúkọ àwọn ogun ìkọ̀kọ̀ ti ọkàn onígbàgbọ́—ojúkòkòrò, ìjàkadì ìdámọ̀, ìtẹ́lọ́rùn ẹ̀mí, àti ìparẹ́ díẹ̀díẹ̀ ti ìbáṣepọ̀ pẹ̀lú Ọlọ́run.

Òun ni òǹkọ̀wé ọ̀pọ̀lọpọ̀ àwọn ìjọ́sìn, àwọn ìwé, àti àwọn ẹ̀kọ́ multimedia tí ó dé ọ̀dọ̀ ọ̀pọ̀ ènìyàn nípasẹ̀ otakada.org àti àwọn ìkànnì oní-nọ́ńbà GEM.

Ìhìn ìgbésí ayé rẹ̀ rọrùn ṣùgbọ́n ó jinlẹ̀:

"Nígbà tí Kristi bá jókòó sí ààrín, gbogbo nǹkan mìíràn yóò gba ipò tí ó tọ́ sí i."

Ìtùnú Ladi Ogbe

Òǹkọ̀wé • Alágbàwí • Alábààṣiṣẹ́pọ̀ ní Iṣẹ́-Ìránṣẹ́

Ìtùnú Ladi Ogbe jẹ́ òǹkọ̀wé, alágbàwí, àti alábààṣiṣẹ́pọ̀ nínú iṣẹ́ Ìjọba ti God's Eagle Ministries. Nítorí pé ó ní àánú, òye, àti ẹ̀mí ìtọ́jú, ó mú ìjinlẹ̀ ìmọ̀lára àti ìpìlẹ̀ ẹ̀mí wá sí gbogbo iṣẹ́ tí ó bá fọwọ́ kàn.

Àwọn àfikún rẹ̀—nígbà gbogbo lẹ́yìn ìṣẹ̀lẹ̀—ní òórùn ìrẹ̀lẹ̀, ọgbọ́n, àti ìwòsàn. Àwọn òjíṣẹ́ ìtùnú nípasẹ̀ ìmọ̀ràn, àdúrà, jíjẹ́ ọmọ-ẹ̀yìn, àti ìfọwọ́sowọ́pọ̀ ẹ̀dá, pàápàá jùlọ nínú àwọn iṣẹ́ tí ó tẹnu mọ́ ìmúpadàbọ̀sípò ìdílé, ìdàgbàsókè ẹ̀mí, àti ìyípadà ọkàn.

Gẹ́gẹ́ bí òǹkọ̀wé, ó kọ̀wé láti ibi tí ó ti ní ìrírí àti ìdánilójú nípa ẹ̀mí, ó sì fún àwọn òǹkàwé ní òye, ìtùnú, àti ìṣírí láti lépa ìpéye nínú Kristi.

Ìtùnú ni a fi sí ipò láti ran àwọn onígbàgbọ́ lọ́wọ́ láti ní ìrírí Ọlọ́run kìí ṣe nínú ìmọ̀ nìkan, ṣùgbọ́n nínú ìgbésí ayé ojoojúmọ́—níbi tí ọkàn ti ń kọ́ láti gbẹ́kẹ̀lé, láti juwọ́ sílẹ̀, àti láti gbilẹ̀.

Ojú ìwé Olùkọ̀wé:
https://www.amazon.com/stores/Zacharias-Godseagle/author/B0FCZ89D4K

ÀFIKÚN

Àfikún A

Àpẹẹrẹ Àdúrà Ìṣẹ́jú 60

A gbọ́dọ̀ máa ṣe àgbéyẹ̀wò yìí lójoojúmọ́ — kìí ṣe lẹ́ẹ̀kọ̀ọ̀kan.

Ìṣẹ́jú 30 — Ìjọ́sìn

Fojusi nikan lori ẹniti Ọlọrun jẹ:

- Ìwà mímọ́ rẹ̀
- Ipò ọba-aláṣẹ rẹ̀
- Àánú rẹ̀
- Ìdájọ́ òdodo rẹ̀
- Aṣẹ rẹ̀
- Iṣòtítọ́ rẹ̀

Kò sí ìbéèrè.
Kò sí ìbéèrè. Ọwọ̀ nìkan ni.

Ìṣẹ́jú 10 — Kéde Ìjọba Rẹ̀

Sọ ní ẹnu:

- Ọlọ́run ló ń ṣàkóso ayé mi.
- Ọlọ́run ló ń ṣàkóso ìdílé mi.
- Ọlọ́run ló ń darí ìpè mi.
- Ọlọ́run ló ń ṣàkóso àyíká mi.
- Ọlọ́run ló ń ṣàkóso orílẹ̀-èdè mi.

A fi agbára kún àṣẹ nípasẹ̀ ìpolongo.

Ìṣẹ́jú 10 — Ìrònúpìwàdà

Ṣe àyẹ̀wò:

- Ìwà
- Ọrọ̀ sísọ
- Àwọn ète
- Àdéhùn ìkọ̀kọ̀
- Ìwà ọlẹ nípa tẹ̀mí

Jẹ́wọ́ ní pàtó.

Iṣẹ́jú 10 — Àwọn Òfin Tí Ìjọba Bá Dé

Kéde ìbáṛamu ti o da lori Iwe Mimọ:

- Mo n rin ninu iwa mimo.
- Mo n gbe ni eto ti o ni eto.
- Mo farada pẹ̀lú òtítọ́.
- Mo ṣe iṣẹ́ náà.
- Mo kọ̀ láti padà sẹ́yìn.

Má ṣe pàṣẹ ìfẹ́ ọkàn-ẹni-nìkan.
Mú ara rẹ bá Ìwé Mímọ́ mu.

Àfikún B

Ìtọ́sọ́nà Àtúntò Ìbáwí Ọjọ́ Méje

Fún ọjọ́ méje tí ó tẹ̀lé ara wọn:

1. Wákàtí kan tí a kò dáwọ́ dúró ti àdúrà tí a ṣètò lójoojúmọ́.
2. Ka ìwé ìhìnrere kan pátápátá.
3. Àyẹ̀wò ìwà títọ́ ní alẹ́.
4. Kò sí ọ̀rọ̀ àfọ̀rọ̀-òfófó, ìráhùn, àti àṣejù.
5. Ó kéré tán ààwẹ̀ kan tí a mọ̀ọ́mọ̀ gbà.
6. Ariwo oni-nọmba ti dinku.
7. Ṣíṣàyẹ̀wò ojúṣe ojoojúmọ́.

Ọjọ́ méje ló tún ara rẹ̀ ṣe.

Àfikún C

Àpẹẹrẹ Àdéhùn Ìfọkànsìn Ti ara ẹni

Kọ èyí pẹ̀lú ọwọ́ ara rẹ.

ÀMÚJẸ ÌFẸRẸSÍ TÍ ẸNÌKAN

Èmi, ______________________________,
ń polongo ìdúróṣinṣin mi sí Jésù Kristi pátápátá àti ìdúróṣinṣin mi.
Mo kọ ìdúróṣinṣin tí ó pín sí méjì sílẹ̀.
Mo kọ ìgbọ́wọ́lé tí ó farasin sílẹ̀. Mo fi ara mi fún ìwà mímọ́ ní ìkọ̀kọ̀ àti ní gbogbogbòò. Mo fi ara mi fún àdúrà tí ó tọ́. Mo fi ara mi fún ìdúróṣinṣin tí ó dúró pẹ́. Mo gba iṣẹ́ àtọ̀runwá mi. Mo kọ̀ láti fà sẹ́yìn.
Mo fi edidi di majẹmu yii niwaju Ọlọrun.
Ìfọwọ́sí: ____________________________________
Ọjọ́: __________________________

Ìbùkún Ìkẹ́yìn fún Àgùntàn

Jẹ́ kí ìdúróṣinṣin rẹ dúró ṣinṣin.
Jẹ́ kí ìbáwí rẹ dúró ṣinṣin. Jẹ́ kí ìjẹ́mímọ́ rẹ dáàbò bo ọjọ́ iwájú rẹ. Jẹ́ kí ìfaradà rẹ kọjá agbára rẹ. Jẹ́ kí iṣẹ́ rẹ ṣẹ. Kí ìbọn má ṣe, ìfọ́nká, ìjákulẹ̀, àgàbàgebè, tàbí ìfọ̀rọ̀rọ́padà má ṣe fà ọ́ sẹ́yìn.
Kí o parí eré ìje rẹ.
Kí ọ̀run kí ó yọ̀ lórí yín.
Iwaju nikan.

Àwọn ìwé àti ohun èlò tí a dámọ̀ràn

CS Lewis (1898-1963) - Ẹsìn Kristẹni lásán, Gbégbè ní Kíkún: Láti Ọkàn Tí Ó Ní Ìrẹ̀wẹ̀sì sí Ìgbésí Ayé Tí Ó Yípadà (Àwọn Ìwé Ìránṣẹ́ Ayé - Ẹka Ìfọkànsìn Ọjọ́ 40 | Ìwé 2)

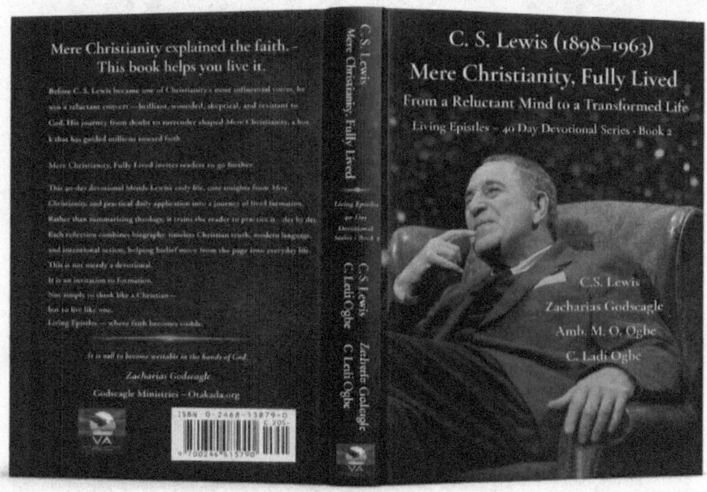

Ìwé Ẹ̀rọ-ìbánisọ̀rọ̀

https://www.amazon.com/Lewis-1898-1963-Mere-Christianity-Fully-ebook/dp/B0GKQ27F9N

Ìwé Páápù
https://www.amazon.com/Lewis-1898-1963-Mere-Christianity-Fully/dp/B0GM8YMXC3

Ideri lile

https://www.amazon.com/Lewis-1898-1963-Mere-Christianity-Fully/dp/B0GM8WHXJL

Ọjọ́ Àìkú Augustine ti Hippo (354–430 AD)
Láti Ọkàn Àìní Ìbàlẹ̀ sí Ìgbésí Ayé Tí A Kọ̀ - Àwọn Ìwé Ìránṣẹ́ Alààyè – Ẹka Ìfọkànsìn Ọjọ́ 40 - 1

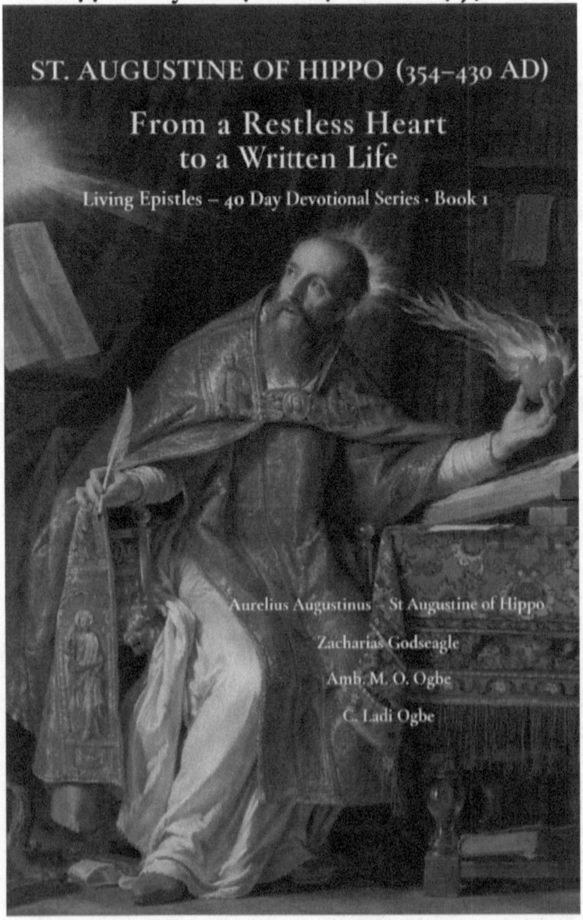

Amazon Ebook - https://www.amazon.com/ST-AUGUSTINE-HIPPO-354-430-Devotional-ebook/dp/B0GJN8N9XS

Ọna asopọ aṣẹ iwe-ẹri Amazon - https://www.amazon.com/St-Augustine-Hippo-354-430-Devotional/dp/B0GJWTVLR6

Ìjápọ̀ ìwé Ingramspark - https://shop.ingramspark.com/b/084?params=BZOOW3dj93aGEtBL2Fv1VY8wV1OQvA10dtZRDgk7Z9Z

ṢÀWÁRÍ MI

ÌSỌTÍ 7
Wo Ọkàn Ilé Rẹ sàn ní ọjọ́ méje.
Ẹka Ìtúnṣe – Ẹdà Ìṣọ̀kan Ìdílé

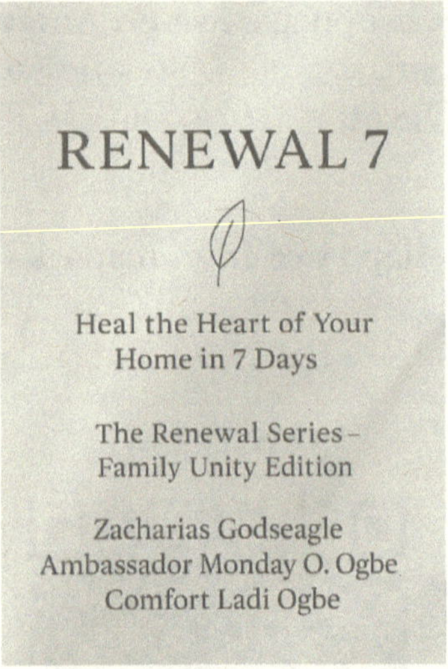

Ìjápọ̀ sí ìwé ìwé -
https://shop.ingramspark.com/b/084?params=htyfL002e1JzyEpZWkKtaXWF5FJ1jZFOjgiQKEfcbnw

Ìjápọ̀ sí ìwé-ẹ̀rí ojú-ìwé Amazon -
https://www.amazon.com/RENEWAL-Heal-Heart-Your-Renewal/dp/B0GD92153W

Ọna asopọ si Amazon Ebook -

https://www.amazon.com/RENEWAL-Heal-Heart-Your-Renewal-ebook/dp/B0G91BMFND

ṢÀWÁRÍ MI –

Ìtúnṣe 7: Wo Ọkàn Ilé Rẹ sàn ní ọjọ́ méje
Ẹka Ìtúnṣe — Ẹdà Ìṣọ̀kan Ìdílé

Ìjápọ̀ sí ìwé àtẹ̀jáde -
https://shop.ingramspark.com/b/084?params=nSEELv9oUsItOu5akVZlg4ycGbbmvlBOtSiqeOZr5yQ

Ìjápọ̀ sí ìwé Amazon -
https://www.amazon.com/RENEWAL-MARRIAGE-Heart-Marriage-Renewal/dp/B0GDC1YZJ7

Ìjápọ̀ sí ìwé Amazon Ebook -
https://www.amazon.com/RENEWAL-MARRIAGE-Heart-Marriage-Renewal-ebook/dp/B0G6JXJWJL

Ìtẹ́ ọkàn – Awọn ogun mejila ti a gbọdọ ṣẹgun

Ìwé-ẹ̀rọ Amazon - https://www.amazon.com/THRONE-HEART-COVETOUSNESS-Counterfeit-CONTENTMENT-ebook/dp/B0G4SPFRY7

Ìwé ìkọ̀wé Amazon - https://www.amazon.com/THRONE-HEART-COVETOUSNESS-Counterfeit-CONTENTMENT/dp/B0G4TKW1ND

Ìwé àtẹ̀jáde láti Ingramspark - https://shop.ingramspark.com/b/084?params=a75LJXtvvI63VnzeQPleQTkAJWfu8CPQV6l5Oe31D80

Ìwàásù mẹ́rin nínú 1 láti ọwọ́ Zacharias Godseagle pẹ̀lú ìjápọ̀ ohùn –

Ìjápọ̀ Amazon Ebook - https://www.amazon.com/Sermons-Zacharias-Godseagle-Audio-links-ebook/dp/B0G4XCH4TW

Ìwé ìròyìn Amazon - https://www.amazon.com/Sermons-Zacharias-Godseagle-Audio-links/dp/B0G4TK4XGT

Ìjápọ̀ ìfàsẹ́yìn Ingram Paperback - https://shop.ingramspark.com/b/084?params=nK2JERskkbhdAOSNseTUNRhaCFqUPZuhB4uYfqrXvGb

Kóòdù Àjọ-ìsìnkú: Ìjíjí AI

Ìwé Ẹ̀rọ Alágbékalẹ̀ - https://www.amazon.com/Logos-Protocol-Awakening-artificial-intelligence-ebook/dp/B0FXNQFSWZ

Ìwé Àtẹ̀jáde - https://www.amazon.com/Logos-Protocol-Awakening-artificial-intelligence/dp/B0FXNGR66D

Hardback - https://www.amazon.com/Logos-Protocol-Awakening-artificial-intelligence/dp/B0FZNTQR6Y

Ìwé Ingramspark - https://shop.ingramspark.com/b/084?params=QkK4aNYTYO9U5z9uOkdHgc7Ue1eGDLqbb1tz9WRPaSk

Ìdí Tí Ìdáǹdè Fi Kùnà - àti Bí Iná Ọlọ́run Ṣe Ń Dá Ọkàn Padà: Àwọn Ìkéde Ojoojúmọ́ 40 fún Ìdáǹdè Gbogbogbòò

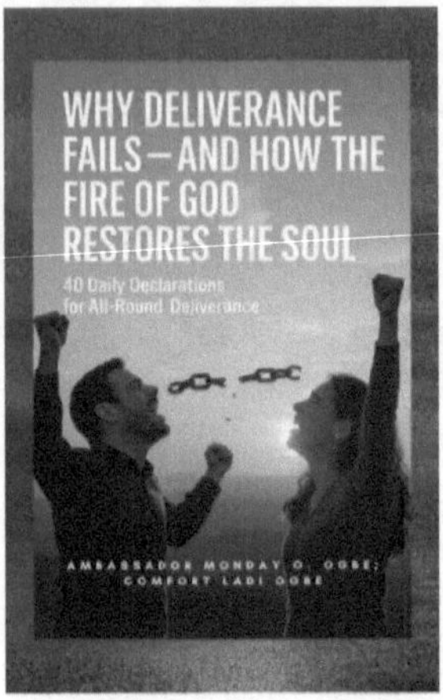

Ìwé Ẹrọ Ìròyìn - https://www.amazon.com/Why-Deliverance-Fails-Declarations-All-Round-ebook/dp/B0FW74L4G4

Ìwé Àtẹ̀jáde - https://www.amazon.com/Why-Deliverance-Fails-Declarations-All-Round/dp/B0FWB3LXRM

A ti gbàlà ṣùgbọ́n a ti sọnù – Olùyípadà Àìkọ́kọ́ – tí a túmọ̀ sí èdè 25

Ìwé Páápù
https://shop.ingramspark.com/b/084?params=iYNB6S3PLMfREpm0jMM15bMe3BvWlkjcYyLYnHVGAds
Ìwé Ẹrọ Alágbékalẹ̀ -
https://www.amazon.com/SAVED-BUT-LOST-UNDISCIPLED-heartbreak-ebook/dp/B0FVJ29DF7

ỌJỌ MÉJÌ TI ÌJÀ ÀTI ÌGBÀSÍLẸ ẸMÍ - Apá Kìíní nìyí

Dídì Ọtá Mú, Dídá Ọfà Méje Padà, àti Dídá Àyànmọ́ Rẹ Padà

https://shop.ingramspark.com/b/084?params=8mPzqU173Ex7uPyeO7ydyt8EGkkB6u2gX1jZvWU8j1C

Ìjápọ̀ ìwé e-ìwé - https://www.amazon.com/DAYS-SPIRITUAL-WARFARE-RECOVERY-Returning-ebook/dp/B0FMPJM5KZ

ỌJỌ MÉJÌ TI ÌJÀ ÀTI ÌGBÀSÍLẸ ẸMÍ - Apá Kejì - Ṣíṣe ìṣẹ́gun, Fífọ̀ Ìwà Ipá Ilé, àti Ṣíṣe Ààbò fún Ìyàn Rẹ Tí A Tún Padà

Ìwé àtẹ̀jáde -
https://shop.ingramspark.com/b/084?params=LkpNmGSsApHhWhiSO7bW3wFmcXQKIO4ZEBeSbP5rL1S

Ìwé Ẹrọ Alágbékalẹ̀ -
https://www.amazon.com/DAYS-SPIRITUAL-WARFARE-RECOVERY-Wickedness-ebook/dp/B0FR9YCMY8

LÁTI ÒKÙNKÙN SÍ ÌJỌBA: Ọjọ́ 40 láti jáwọ́ nínú ìdènà òkùnkùn tí ó farasin.

–

Ìfọkànsìn Àgbáyé fún Ìmọ̀, Ìdáǹdè àti Agbára - Fún Àwọn Ẹnìkọ̀ọ̀kan, Àwọn Ìdílé, àti Àwọn Orílẹ̀-èdè Tí Ó Ṣetán láti Jẹ́ Òmìnira

Ìwé Páápù
https://shop.ingramspark.com/b/084?params=aVgp21QfwJxNANkfMxIQ0yejuFCVY12KFr978SRkZUD
Amazon - https://www.amazon.com/DARKNESS-DOMINION-Devotional-Awareness-Deliverance-ebook/dp/B0FLDH2Y67

- *A gba wa la kuro ninu agbara okunkun* **(iwe pata)** — Ra Nibi | Iwe elekitironi lori Amazon

    - **Àwọn Àtúnyẹ̀wò Tó Gbajúmọ̀ Láti Orílẹ̀-èdè Amẹ́ríkà:**
        - **Oníbàárà Kindle** : "Ìwé kíkà Kristẹni tó dára jùlọ!" (ìràwọ̀ márùn-ún)

Yin Jesu fun ẹri yii. Mo ti ni ibukun pupọ ati pe emi yoo ṣeduro gbogbo eniyan lati ka iwe yii... Nitori iku ni ere ẹṣẹ ṣugbọn ẹbun Ọlọrun ni iye ainipẹkun. Alafia! Alafia!

- **Da Gster** : "Ìwé tó dùn mọ́ni gan-an àti èyí tó yàtọ̀ gan-an ni èyí." (Ìràwọ̀ márùn-ún)

Tí ohun tí a sọ nínú ìwé náà bá jẹ́ òótọ́, a ti padà sẹ́yìn gan-an nípa ohun tí ọ̀tá lè ṣe! ... Ohun pàtàkì fún ẹnikẹ́ni tí ó bá fẹ́ kẹ́kọ̀ọ́ nípa ogun ẹ̀mí.

- **Visa** : "Mo nífẹ̀ẹ́ ìwé yìí" (ìràwọ̀ márùn-ún)

Èyí jẹ́ ohun tó ń ṣí ojú mi payá... ìjẹ́wọ́ òtítọ́... Láìpẹ́ yìí ni mo ti ń wá a kiri láti rà á. Inú mi dùn láti rà á láti Amazon.

- **FrankJM** : "O yatọ gan-an" (irawọ mẹrin)

Ìwé yìí rán mi létí bí ogun ẹ̀mí ṣe jẹ́ gidi tó. Ó tún mú kí n rántí ìdí tí a fi ń gbé "Ìhámọ́ra Kíkún ti Ọlọ́run" wọ̀.

- **JenJen** : "Gbogbo ẹni tí ó bá fẹ́ lọ sí ọ̀run - ka èyí!" (ìràwọ̀ márùn-ún)

Ìwé yìí yí ìgbésí ayé mi padà gan-an. Pẹ̀lú ẹ̀rí John Ramirez, yóò jẹ́ kí o wo ìgbàgbọ́ rẹ ní ọ̀nà ọ̀tọ̀ọ̀tọ̀. Mo ti kà á ní ìgbà mẹ́fà!

- *Onísìn Satani tẹ́lẹ̀: Ìyípadà James* (Ìwé Padà) — Ra Níbí | Ìwé Ero lórí Amazon

- ***ẸRÍ TÍ Ó TI ṢE ẸRÍ SÁTÁNÌ KAN KAN KAN LORI ẸRÍ*** - *Pastor JONAS LUKUNTU MPALA* (Ìwé Pápá) — Ra Níbí | Ìwé Ero lórí Amazon

- *Greater Exploits 14* (Ìwé Àtẹ̀jáde) — Ra Níbí | Ìwé Ero Ìròyìn lórí Amazon

- *Jade kuro ninu Ẹṣu's Cauldron* lati ọwọ John Ramirez — O wa lori Amazon
- *Ó Wá Láti Dá Àwọn Ìgbèkùn Sílẹ̀* Láti ọwọ́ Rebecca Brown — Wá lórí Amazon

Àwọn ìwé mìíràn tí òǹkọ̀wé tẹ̀ jáde – Ó lé ní ẹgbẹ̀rún àkọlé

A nifẹẹ, Ayanfẹ ati Gbogbo : Irin-ajo Ọgbọn Ọjọ lati Ikọsilẹ si **Itunṣe** ti a tumọ si ede 40 ni agbaye https://www.amazon.com/Loved-Chosen-Whole-Rejection-Restoration-ebook/dp/B0F9VSD8WL

https://shop.ingramspark.com/b/084?params=xga0WR16m
uFUwCoeMUBHQ6HwYjddLGpugQHb3DVa5hE

Ní Ìgbésẹ̀ Rẹ̀ — Ìpèníjà WWJD Ọjọ́ 40: Gbígbé Bíi Jésù Nínú Àwọn Ìtàn Ìgbésí Ayé Tòótọ́ Kárí Ayé

https://www.amazon.com/His-Steps-Challenge-Real-Life-Stories-ebook/dp/B0FCYTL5MG

https://shop.ingramspark.com/b/084?params=DuNTWS59IbkvSKtGFbCbEFdv3Zg0FaITUEvlK49yLzB

JESU NI ẸNU ILEKUN:
Àwọn Ìtàn Àròsọ 40 àti Ìkìlọ̀ Ìkẹyìn Ọrun sí Àwọn Ìjọ Òní

https://www.amazon.com/dp/B0FDX31L9F

https://shop.ingramspark.com/b/084?params=TpdA5j8WPvw83glJ12N1B3nf8LQte2a1lIEy32bHcGg

ÌGBÉSÍ AYÉ MÁJÚ: Ọjọ́ 40 ti Rírìn nínú Ìbùkún ti Deuteronomi 28

- https://www.amazon.com/dp/B0FFJCLDB5

Àwọn ìtàn láti ọ̀dọ̀ àwọn ènìyàn gidi, ìgbọràn gidi, àti òtítọ́

https://shop.ingramspark.com/b/084?params=bH3pzfz1zdCOLpbs7tZYJNYgGcYfU32VMz3J3a4e2Qt

Ìyípadà ní èdè tó lé ní ogún

MÍMỌ Ọ ÀTI MÍMỌ Ọ:
Ọjọ́ 40 sí ìwòsàn, òye, àti ìfẹ́ pípẹ́

https://www.amazon.com/KNOWING-HER-HIM-Healing-Understanding-ebook/dp/B0FGC4V3D9

https://shop.ingramspark.com/b/084?params=vC6KCLoI7Nnum24BVmBtSme9i6k59p3oynaZOY4B9Rd

PARÍ, KÌ Í ṢE DÍJÀ:

Ìrìn àjò ọjọ́ ogójì sí ète, ìṣọ̀kan, àti ìfọwọ́sowọ́pọ̀

https://shop.ingramspark.com/b/084?params=5E4v1tHgeTqOOuEtfTYUzZDzLyXLee30cqYo0Ov9941

https://www.amazon.com/COMPLETE-NOT-COMPETE-Journey-Collaboration-ebook/dp/B0FGGL1XSQ/

KÓÒDÙ ÌLERA ÀTỌSÍLẸ - Àwọn Kókó Ojoojúmọ́ 40 Láti Mu Ìwòsàn Ṣiṣẹ́ Nípasẹ̀ Ọrọ̀ Ọlọ́run àti Ìṣẹ̀dá Ṣí Agbára Ìwòsàn Àwọn Ewéko, Àdúrà, àti Ìṣe Àsọtẹ́lẹ̀

https://shop.ingramspark.com/b/084?params=xkZMrYcEHnrJDhe1wuHHYixZDViiArCeJ6PbNMTbTux

https://www.amazon.com/dp/B0FHJT42TK

A le ri awọn iwe miiran lori oju-iwe onkọwe
https://www.amazon.com/stores/Ambassador-Monday-O.-Ogbe/author/B07MSBPFNX

www.ingramcontent.com/pod-product-compliance
Lightning Source LLC
LaVergne TN
LVHW040424051026
849517LV00002B/459